சுந்தர காண்டம்

சொல்வேந்தர்
சுகி. சிவம்

தோற்றம் 1976

கவிதா பப்ளிகேஷன்

8, மாசிலாமணி தெரு,
பாண்டி பஜார்,
தியாகராய நகர்,
சென்னை – 600 017.

044-42161657
+91-7402222787
kavitha_publication@yahoo.com
kavithapublication@gmail.com
www.kavithapublication.com

SUNDHARA KAANDAM
© SUKI. SIVAM

First Edition	: July, 2004
Tenth Edition	: October, 2013
Eleventh Edition	: May, 2015
Twelfth Edition	: March, 2016
Thirteenth Edition	: December, 2018
Fourteenth Edition	: December, 2021
Fifteenth Edition	: July, 2022

Pages : 128

Published By:
KAVITHA PUBLICATION

8, Masilamani Street,
Pondy Bazaar,
T. Nagar, Chennai - 600 017.
℅ 4216 1657 Whatsapp : 7402222787
E-mail : kavitha_publication@yahoo.com
website : www.kavithapublication.com

Price : ₹ 100/-

D.T.P : S. Ashok kumar
Printed at : A.K.L Printers , Chennai

பதிப்புரை

சுந்தர காண்டம்...

சொல்வேந்தர் திரு. சுகி. சிவம் அவர்கள் தனக்கே உரிய இனிய, எளிய நடையில் சிறப்பாக படைத் துள்ள அருமையான நூல்.

இந்நூலில், "கர்ப்பத்தில் இருக்கும் சிசு, பகவானோடு இணைய முடியும் என்ற பெரு நம்பிக்கையை ஊட்டி ஆத்மாவை அழகுபடுத்தும் காண்டம் சுந்தர காண்டம்" என்கிறார் ஆசிரியர்.

கவிச் சக்கரவர்த்தி கம்பனையும், வான்மீகியையும் ஒருசேர ஆழ்ந்து படித்து, ரசித்து, சுவைத்து அனும னின் அவதார மகிமையை ஆசிரியர் தனக்கேயுரிய இனிமையான தமிழில் கொடுத்துள்ளது இந்நூலின் தனிச் சிறப்பாகும்.

கவிதாவில் தொடர்ந்து படைப்புகளை வெளியிட வாய்ப்பளித்துள்ள சொல்வேந்தர் திரு. சுகி.சிவம் அவர்களுக்கு நன்றி.

தமிழ்கூறும் நல்லுலகம் வழக்கம் போல் இந் நூலுக்கும் அமோக ஆதரவினை வழங்கும் என்று நம்புகிறேன்.

சேது. சொக்கலிங்கம்,
கவிதா பப்ளிகேஷன்.

சமர்ப்பணம்

கம்பன் கடலில் முத்துக்குளிக்கவும்
கால் கை நீட்டி நீச்சலடிக்கவும்
கற்றுக் கொடுத்த நல்லவர் -
இன்று வெற்றிகரமாக வலம்வருகிற
பலநூறு தமிழ்ப் பேச்சாளர்களை
வளர்த்து ஆளாக்கி வாய்ப்பளித்த வள்ளல்
தாய் வயிறு வாய்த்த தகைமையாளர்
பேராசிரியர் அமரர் இரா. இராதாகிருஷ்ணன் அவர்கள்
திருவடிகட்கு இந்நூல் சமர்ப்பணம்

- சுகி. சிவம்

முன்னுரை

காலத்தால் அழியாத காவியம் இராமாயணம். வெறும் கற்பனை தானே என்று அலட்சியம் செய்ய முடியாத அமரத்தன்மை அதில் உள்ளது. அது கருதியே அதனை நரர்க்கு வாய்த்த அமிழ்தம் என்று பாடினர். இந்தியனின் இதயத்திலும் இரத்தத்திலும் இராமன் இருப்பது தவிர்க்க முடியாதது. ஆண்களின் இலட்சியம் இராமன். பெண்களின் இலட்சியம் சீதை. பலரது வாழ்வுப் பாதையை வகுத்த வல்லமை இராம கதைக்கு உண்டு.

இராமாயணம் நடந்த நிகழ்வுதான். அதில் காலத்தின் கைவண்ணமும் கவிஞர்களின் கற்பனையும் கண்டிப் பாகக் குடியேறி நடக்காத கற்பனையோ என்று தோன்ற வைக்கிறது. இராமாயணத்தை இலக்கியமாக அனுபவிக் கலாம். அதற்கு இதயம் வேண்டும். அரசியல் வரலாறாக அனுபவிக்கலாம். அதற்கு அறிவு வேண்டும். ஆன்மிக ஞான அனுபவமாகவும் இராமாயணத்தை உணரலாம். அதற்கு ஆத்மாவும் ஆன்மிக எண்ணமும் அவசியம்.

இந்த நூலை இதயத்தோடும், அறிவோடும், ஆத்மாவோடும் நான் அனுபவித்திருக்கிறேன். அந்த அனுபவத்தையே ஓர் எளிய இனிய நூலாக வழங்கு கிறேன். எனவே இலக்கிய வரலாற்று ஆன்மிக அனு பவம் சுந்தர காண்டத்தை ஊன்றிப் படிக்கும் ஒவ்வொரு வருக்கும் ஏற்படும்.

கணினியுகத்தில் சுந்தர காண்டம் என்ன சுந்தர காண்டம்... என்று சீற வேண்டாம்! அழியாத உணர்ச்சி களை சீதாராமர் காதல் சோகங்களை கம்பன், வான்மீகியை விட அழகாக இன்னொருவர் படம் பிடிக்க முடியுமா என்ன?

ஜோதிடர் சொன்னார் என்று மட்டும் சுந்தர காண்டத்தை நிர்ப்பந்தமாகப் படிப்பதானால் நீங்கள் படிக்காமலேயே இருக்கலாம். ஜோதிடர்கள் எப்போதா வது நல்லதும் சொல்வார்கள் என்ற என் நம்பிக்கையை கஷ்டம் தீர சுந்தர காண்டம் படிக்கச் சொல்லும் செய்தி தான் என்னுள் ஏற்படுத்தி இருக்கிறது.

வெல்ல முடியாத துன்பம் என்று எதுவும் இல்லை. எத்தனை பெரிய துக்கங்களும் வெயில் முன் பனிபோல் காலமாற்றத்தில் மறையும் என்று தயவு செய்து நம்புங்கள். நம்பிக்கையை - அதுவும் வாழவேண்டும் - வாழ முடியும் என்ற நம்பிக்கையை மக்கள் மத்தியில் விதைப்பது சுந்தர காண்டம் என்பதால்தான் இதனை எழுதவே நான் துணிந்தேன்.

சீதைக்கு வந்த கஷ்டத்தை விடவா நமது கஷ்டம் பெரியது... இராமருக்கு ஏற்பட்ட துயரத்தை விடவா நமது துயரம் பெரியது என்று எண்ணி தைரியத்துடன் வாழ்வைச் சந்தியுங்கள். உங்களுக்கு நன்மைகள் உண்டாகட்டும். வாழ்வு ஒளிபெறட்டும். துக்கம் துயரம் தொலைந்து போய் உன்னதம் உண்டாகட்டும். இவையே எனது பிரார்த்தனைகள்.

இந்தப் புத்தகத்தில் கம்பர், வான்மீகி இரு மகாகவிகளும் சொல்லி இருக்கிற வகையில் சுந்தர காண்டத்தை மாறி மாறி தொட்டுக் காட்டி படைத்

திருக்கிறேன். இலக்கிய பேச்சாளர்கட்கு நிச்சயம் இந்நூல் ஒரு வரம். இரசிகர்கட்கோ இணையற்ற இலக்கிய அனுபவம்.

கம்பராமாயணத்தில் முதல் படலம் கடல் தாவு படலம். முடிவோ திருவடி தொழுத படலம். கடல் தாவுவதில் தொடங்கி, திருவடி தொழுவதில் சுந்தர காண்டம் நிறைவுறுகிறது. என்ன பொருள்? பிறவிக் கடலைக் கடந்து தாவி இறைவன் திருவடி தொழுவதற்கு உதவும் நூல் சுந்தர காண்டம். இது பேராசிரியர் நமசிவாயம் அவர்கள் சொன்ன அருமையான கருத்து...!

இப்புத்தகத்தைத் தொடர் கட்டுரைகளாக 'ஞான ஆலயம்' சமய இதழில் எழுதி வந்தேன். எழுத வைத்த திரு. ரமேஷ், திருமதி. மஞ்சுளா ரமேஷ் அவர்கட்கு நன்றி மலர்கள்.

தரமான புத்தகங்களைத் திறமான முறையில் வெளியிடும் கவிதா பப்ளிகேஷன் சொக்கலிங்கம் அவர்கள் சிறந்த பண்பாளர். அவர்கள் இந்நூலை வெளியிட விருப்பம் தெரிவித்தார்கள். வெளியிடுகிறார்கள். அவர்கட்கும் என் நன்றி மலர்கள்.

வாசித்து வாசித்து, இலக்கிய இறை நிலையை சுவாசித்து உயரும் இரசிகப் பெருமக்கட்கு என்றும் போல் என் இதயபூர்வமான நன்றி மலர்கள்.

வணக்கம்.

அன்பினிய,
- சுகி. சிவம்.

8

பொருளடக்கம்

1.	இது ஏன் சுந்தர காண்டம்?	9
2.	கடல் கடந்தார், தடைகள் வென்றார்	14
3.	'ராம நாம தாரகம்'	21
4.	கவிக்கு நாயகன் யார்?	27
5.	தைரியத்தை விடாதிருப்பதே அ;திர்ஷ்டத்தின் ஆதாரம்	36
6.	கற்பின் கனலியும் காமுகப் பாறையும்!	46
7.	காமமா? கோபமா?	58
8.	தவம் எது? தாபம் எது?	68
9.	நம்பினோர் கெடுவதில்லை	79
10.	சொல்லினால் சுடுவேன்	93
11.	'கொல்லுங்கள்... நில்லுங்கள்...'	101
12.	வாலியும் போனான் வாலும் போனது	108
13.	ஸ்ரீ ராமஜெயம்	118

❑ ❖ ❑

1. இது ஏன் சுந்தர காண்டம்?

சுந்தரம் என்றால் அழகு என்று பொருள். உண்மையான அழகு எது தெரியுமா? நிம்மதி... கவலை தீர்ந்தது என்கிற போது கண்களில் வருகிற பிரகாசம்... அதுதான் உண்மை அழகு.

"இராமபிரானைச் சந்திக்க முடியுமோ... முடியாதோ..." என்று சீதாபிராட்டி இலங்கையில், சிறை வாசத்தில் துன்பப்பட்டார். முடியும் என்ற நம்பிக்கையை ஸ்ரீ ஆஞ்சநேயர் ஏற்படுத்திய இடம் சுந்தர காண்டம். கவலை தீரும் என்ற நம்பிக்கையால் சீதாபிராட்டிக்கு அழகு ஏற்பட்ட காண்டம் சுந்தர காண்டம். நமக்கும் மறு வாழ்வு உண்டு என்கிற நம்பிக்கை சீதா பிராட்டிக்கு ஏற்பட்ட மாதிரி படிக்கிற அத்தனை பேருக்கும் ஏற்பட்டு வாழ்வின் மீது நம்பிக்கையூட்டும் காண்டம் சுந்தர காண்டம். எனவே இது அழகான காண்டம்.

கம்பன் கவிதையும் வான்மீகி சுலோகமும் அழகழ காய் அழகு வெள்ளமாய்ப் பொங்கிப் பெருகிய கவிதை அழகாலும் இது சுந்தரகாண்டம். அது மட்டுமா? அனு மனைத் தூது அனுப்பும்போது, சீதையின் சௌந்தர் யத்தை இராமன் வர்ணிப்பதாலும், இராமன் எப்படி இருக்கிறார் என்று சீதை கேட்டதும் இராமனின் சௌந்தர்யத்தை அனுமன் வர்ணிப்பதாலும் இது சுந்தர காண்டம். ஆம் சுந்தரத்தை வர்ணித்துப் பேசுவதால் சுந்தரகாண்டம்.

இராமாயணம் முழுமைக்கும் இராமன்தான் காவிய நாயகன் என்றாலும், சுந்தரகாண்டத்தின் கதாநாயகன் அனுமன். சரியாகச் சொன்னால் இராமாயண நாடகம் நடந்தால் இந்தக் காண்டத்தில் இராமர் வேடமிட்ட வருக்கு ஓய்வு தான்; வசனம் இல்லை. காட்சி இல்லை. ஆனால் அனுமனாக வேடம் இட்டவர் காட்சிக்குக் காட்சி வந்து மக்களின் மனத்தைக் கொள்ளை கொள்ளுவார். அது மட்டுமா? கம்பராமாயணத்தில் சுந்தரகாண்டத்தில் சொல்லப்படும் படலங்களின் தலைப்புகளைக் கவனியுங்கள். கடல் தாவு படலம், இலங்கை எரியூட்டும் படலம் என்றே வரும். கடல் தாவியவர் யார்? எரியூட்டியவர் யார்? என்று கேட்டுப் பார்த்தால் அனுமன், அனுமன் என்றே விடை வரும். எனவே சுந்தரகாண்டத்திற்கு மட்டும் ஸ்ரீ ஆஞ்சநேயரே கதாநாயகர். அவர் பெயர் சுந்தரன்... சுந்தரன் புகழ்கூறும் காண்டம் சுந்தரகாண்டம்.

அனுமன் அழகா? என்று யோசிக்க வேண்டாம். அதற்கே ஓர் அழகான கதை உண்டு. அயோத்தியில்

நடந்த நிகழ்ச்சியைச் சொல்வது அயோத்தியா காண்டம். ஆரண்யத்தில் நடந்ததைச் சொல்லும் காண்டம் ஆரண்ய காண்டம் என்றே தலைப்பு பெற்றது. அப்படிப் பார்த்தால் இலங்கையில் நடந்த நிகழ்வுகளைச் சொல்லும் காண்டம் இலங்கா காண்டம் என்றே பெயர் பெற வேண்டும்.

இலங்கா காண்டம் என்று இராவண பூமியின் பெயரைச் சூட்ட வான்மீகி விரும்பாமல் அனுமன் காண்டம் என்றே பெயர் சூட்ட விரும்பினாராம். அடக்கமே வடிவான தாஸ அனுமன் அதை விரும்பவில்லை. தம்பெயர் தலைப்பாகக் கூடாது என்று வான்மீகி முனிவரிடம் மறுத்தார். சுந்தரகாண்டம் என்று வான்மீகி வேறு பெயர் சொல்ல ஆஞ்சநேயருக்கு மகாஉத்சாகம் வந்துவிட்டது.

தாயிடம் இந்தச் செய்தியைப் பகிர்ந்து கொள்ள, அஞ்சனையைத் தேடிப் போனதும் அவள் அனுமனைக் கட்டித் தழுவி உச்சிமோந்து "சுந்தரா வருக" என்றாள். அப்போதுதான் அனுமனுக்கு உரைத்தது, அஞ்சனை அழைக்கும் தன் செல்லப் பெயர் 'சுந்தரன்' என்பது. எப்படியோ அனுமனும் ஜெயித்துவிட்டார். அனுமன் பெயர் சூட்ட விரும்பிய வான்மீகியும் ஜெயித்து விட்டார். ஆக நல்லவர்கள் எல்லாரையும் ஜெயிக்க வைக்கும் காண்டம் சுந்தர காண்டம். அதுமட்டுமா!

சுந்தர காண்டம் படித்தால் இராமாயணம் முழுமையும் படித்த புண்ணியம் என்றார்களே... ஏன் தெரியுமா? காவியத்தின் நடுவில் இந்தக் காண்டம்

அமைந்தாலும் நடந்த நிகழ்ச்சிகளை (பூர்வ கதையை) இளைய பெருமாளும் இராமனும் அனுமனுக்குச் சொல்வதால் கடந்தகாலக் கதை வந்துவிட்டது. நடக்கிற நிகழ்காலக் கதையை மகாகவிகள் சொல்லி விடுகிறார்கள். நடக்கப்போகும் எதிர்காலக் கதையை விபீஷணரின் மகள் த்ரிஜடை சீதா பிராட்டிக்குச் சொல்லுகிறார்.

இராவணன் அழிவதையும் இராமர் வெல்வதையும் கனவில் கண்டதாக த்ரிஜடை சீதா பிராட்டிக்குச் சொல்லுவதாகக் கவிகள் இக்காண்டத்தை அமைத்தார்கள். எனவே முக்காலக் கதையும் அடங்கிய முழுமைக் காண்டம் சுந்தர காண்டம். பூரணத்வம்தானே- முழுமைதானே சுந்தரம்! எனவே இது சுந்தரகாண்டம்.

இத்தனைக்கும் மேலாக, கருவுற்ற பெண்கள் சுந்தர காண்டம் படிக்கவேண்டும் என்கிறார்களே, ஏன்? முதலில் கெட்டதைப் படிக்கக் கூடாது. இராமாயணத்திலும் சுந்தரகாண்டம் படிப்பது என்பது ஏன்? ஆச்சரியமான உண்மை சொல்கிறேன்.

சீதை சிறைவாச காலம் எவ்வளவு? பத்துமாதம். ஓர் உயிரின் கர்ப்பவாசம் எவ்வளவு பத்து மாதம். அது மட்டுமா? சீதைக்கு ஏன் சிறைவாசம் கிடைத்தது. மாய மான் மீது ஆசை வைத்ததால் சிறைவாசம். மாயமான உலக விஷயங்கள் மீது ஆன்மா கொண்ட ஆசையால் ஏற்படுவது கர்ப்பவாசம். பொன், பொருள், அரண்மனை, சுகவாசம் எல்லாவற்றையும் விட்டுவிட்டு ஸ்ரீராமனை முற்றிலும் பற்றி சீதை காடுவந்தபோது கூட எந்தத் துயரும் இல்லை. ஆனால் பரம்பொருளாகிய இராமனைத் தவிர, வெறும் பொருளாகிய மான்மீது பற்று

இதைக் கர்ப்பத்தில் இருக்கிற உயிர் புரிந்துகொள்ள வேண்டும் என்றால் அதைச் சுமக்கிற தாய் முதலில் புரிந்துகொள்ள வேண்டும். இதைப் புரிந்து கொண்டு பெண்கள் சுந்தரகாண்டம் படிக்கவேண்டும்.

'ஜோதிடர் சுந்தரகாண்டம் படிக்கச் சொன்னார்' என்று மட்டும் படித்தால் போதாது!

சீதை என்பவர் ஜீவ ஆத்மா. இராமனே அந்த ஆத்மாவின் ஆனந்தம். சிறைவாசத்தில் சீதை இராமனைப் பிரிந்தமாதிரி, பிறவியால் கர்ப்பவாசத்தால் ஆத்மா ஆனந்தத்தை இழக்கிறது. ஆத்மாவையும் ஆனந்தத்தையும் மீண்டும் இணைக்கிறவரே ஆசார்யன். ஆத்மாவின் ஆனந்த சொரூபத்தை அடையாளம் காட்டுவதே ஆசார்ய லட்சணம். அனுமனே ஆசார்யன். பிரிந்து நிற்கும் ஆத்மாவையும் ஆனந்தத்தையும் மந்த்ர உபதேசம் மூலம் ஆசார்யன் கட்டுவதுபோல பிரிந்து நிற்கும் ஆத்மாவாகிய சீதையையும், ஆனந்தமாகிய இராமனையும் ராமநாமம் மூலம் ஆஞ்சநேயர் இணைக்கும் அற்புதம் நிகழும் இடம் சுந்தரகாண்டம்.

கர்ப்பத்தில் இருக்கும் சிசு, பகவானோடு இணைய முடியும் என்ற பெரு நம்பிக்கையை ஊட்டி ஆத்மாவை அழகுபடுத்தும் காண்டம் சுந்தரகாண்டம். அதுபற்றி எழுதவா? கம்பன் கவிதை வான்மீகி கவிதை போலவே மேலானது. அதுபற்றி எழுதவா? தேவபுருஷன் அவனது வரலாற்றைக் கேட்டால் ஆனந்தம். படித்தால் தேவானந்தம். உணர்ந்தால் பரமானந்தம், அதுபற்றி எழுதவா?

❑ ❖ ❑

2. கடல் கடந்தார், தடைகள் வென்றார்

சீதா பிராட்டியாரைத் தேடிச் செல்லும் ஸ்ரீ ஆஞ்சநேயன் மகேந்திர மலைமீது கால் ஊன்றி நின்றார். கடல் கடக்க வேண்டிப் பேருருவம் கொண்டவர், தேவர் உலகை எட்டிப் பார்த்து, 'ம்ஹூம்... சீதா பிராட்டியார் அங்கு இல்லை' என்று உறுதி செய்து கொண்டார். கடல் நடுவே தொலைவில் தெரிந்த இலங்கையைக் கண்டார். தோள் தட்டி ஆர்ப்பரித்தார். உற்சாகம் அடைந்தார்.

தாவும் பொருட்டு அவர் மலையின் மீது கால்களை அழுந்த ஊன்றிய போது மலையில் வாழும் உயிரினங்கள் தடுமாறின. குகைகளில் வசிக்கும் பலப்பல மலைப் பாம்புகளும், புற்றில் உறையும் விஷ

நாகங்களும் அஞ்சி வெளியேறிய காட்சி, மலையின் வயிறு கிழிந்து குடல் பிதுங்கி வெளிப்பட்டது போல் இருந்தது. ஓயாமல் ஒலிக்கும் பரவை (கடல்) நாணும் வகையில் பறவை இனம் பயந்து ஒலித்தது. பாதுகாப்பு கருதி தாய்ப்புலிகள் தம் இளங் குட்டிகளைப் பல்லில் கவ்வியபடி பயந்து ஓடின. மலையே நிலை குலைந்து நொறுங்கிச் சரிந்ததாகப் பல விலங்குகள் பரபரத்தன.

மகேந்திர மலை மீது நின்ற அனுமன் கூர்மாவதார காலத்தில் ஆமை மீது சுழன்ற மேருமலை போல விளங்கினான் என்கிறார் கம்பர். மேரு மலையால் பாற்கடல் கடைந்து தேவர் அமிர்தம் பெற்றது போல், உப்புக் கடல் கடைந்து மேரு மலை போன்ற அனுமன் அமுதான சேதியைக் கொண்டு வருவான் என்பதும் குறிப்பு போலும். அனுமன் அசைவுகளால் மலையில் உள்ள மரங்கள் எல்லாம் மலர்களை உதிர்த்து பூமலையாகக் காட்சி தந்தது மகேந்திர மலை என்கிறார் வான்மீகி முனிவர்.

தேவர்கள் இரத்தினங்களையும் மலர்களையும் தூவி ''திறமை மிக்கவரே... கவனமாகச் சென்று வருக'' என்று விடை கொடுத்தனர். நண்பர்கள் ''குறுமுனியாகிய அகத்தியர் குடித்த கடல்தானே இது சின்ன காரியம் என்று அலட்சியம் செய்ய வேண்டாம். கவனம்'' என்று அன்பொழுக வழி அனுப்பினர். ''பக்கத்தில் உள்ள இலங்கை செல்ல இவ்வளவு பெரிய உருவம் வேண்டுமா என்ன?'' என்று தேவர்கள் தமக்குள் பேசிக் கொண்டனர்.

அப்போது வீரனாகிய அனுமன் வாலை உயர எடுத்து, கால்களை மடக்கி, மார்பினை ஒடுக்கி, தோள்களை உயர்த்தி கழுத்தினைச் சுருக்கி, இரண்டு கைகளையும் முன்னால் நீட்டியபடி உயர எழுந்தார். அப்போது அவரது தலை பிரம்மலோகத்தைத் தொட்டது. இதனைக் கம்பர்:

"வால்விசைத்து எடுத்து வன்தாள் மடக்கி மார்பு ஒடுக்கி மானத்
தோள்விசைத் துணைகள் பொங்கக் கழுத்தினைச் சுருக்கித் தூண்டும்
கால்விசைத் தடக்கைநீட்டிக் கட்புலம் கதுவாவண்ணம்
மேல்விசைத்து எழுந்தான் உச்சி விரிஞ்சன் நாடுஉரிஞ்ச வீரன்"

என்று படம் பிடிக்கிறார்.

மேல்நோக்கி அனுமன் பாயும் வேக அழுத்தத்தால் மரங்களும், மலைப் பாறைகளும், யானை முதலிய பிற பிராணிகளும் மேல்நோக்கி எழுந்தன. ஆனால் அனுமன் போல் மேல் எழாமல் நடுவிலேயே அவை கடலில் விழுந்தன. கடலை நிரப்பின. இக்காட்சி பின்னாளில் இராமர் கடல் கடக்கும்போது அணைகட்ட வேண்டும். அதற்குக் கடலைத் தூர்த்து நிரப்பும் பணி நிகழ வேண்டும். அதனை முன்கூட்டியே அனுமன் தொடங்கி வைத்த மாதிரி இருந்தது. மேல் நோக்கிப் பாயும் வேகத்தில் கடல்நீர் பிளவுபட்டு உள்ளிருந்த நாகலோகம் தெரிந்தது, என்று விசை அழுத்தத்தை விவரிக்கிறார் வான்மீகி.

மேலும், கடல் கடந்து செல்லும் அனுமனை சூரியன் என்று வர்ணிக்கிறார். மற்றும் பெரிய மலை பெயர்ந்தது

போல் போனான் என்கிறார். யானை என்கிறார். பெரிய கப்பல் என்கிறார். கார்மேகம் என்கிறார். வான்மீகத்தில் வர்ணனை பொங்கிப் பெருகிப் பாய்கிறது, பரவுகிறது.

கம்பர் கற்பனையும் கொடி கட்டிப் பறக்கிறது. இராவணன் கயிலை மலையைப் பெயர்த்தபோது அவமானப்பட்ட கயிலைமலை இப்போது இராவணனை நசுக்குவோம் என்று சிவபெருமான் இன்றி வானத்தில் பறப்பதுபோல பறக்கிறதாம்.

"அண்ணல் வாள் அரக்கன் தன்னை அமுக்குவாம் இன்னம்என்னா
கண்ணுதல் ஒழியச் செல்லும் கயிலை யங்கிரியும் ஒத்தான்"

என்பார் கம்பர்.

எப்போதும் கிழக்கிலிருந்து மேற்கே செல்லும் சூரியன், இராவணனை அழிக்க வடக்கிலிருந்து தெற்கு நோக்கி பயணப் படுவது மாதிரி பறக்கிறார் அனுமன். தெற்கு எமன் திசை அல்லவா. இராவணனுக்கு எமன் அனுமன் என்பது உட்குறிப்பு.

அனுமனது வேகத்தால் நட்சத்திரங்கள் மேகங்களைக் கிழித்துக்கொண்டு உதிர, கடல் பொங்க, வானமே குழைந்துபோக, திக்குகள் யாவும் வெடிபட, மேருவே குலுங்க, மற்றைய மலைகள் வேரறுந்து அழிய ஊழிக்காலத்திலே வீசும் ஊழிக்காற்றான தனது தகப்பனாரை (வாயுதேவன்) ஒத்தார் அனுமன். இலட்சியத்தில் குறியாக இருப்பதால் இராம பாணம் போல் பயணம் செய்தார். இராவணனுக்கு அஞ்சி இதுநாள் வரை ஒளிந்து வாழ்ந்த தரும தேவதை இராமர் வருகை

யால் துணிவு பெற்று ஏவிய ஆக்ஞாசக்கரம் போல் பாய்ந்தார். அதுமட்டுமா? முன் ஒருமுறை பெருமாளின் பெரிய திருவடியாகிய கருடன் பாய்ந்ததுபோல், சிறிய திருவடியாகிய அனுமன் இப்போது பறந்தார் என்று நயமுறச் சொன்னார் கம்பர். பெருமாளின் திருவடி என்று அனுமனும் கருடனும் சமநிலையில் பேசப்படுகிறவர்கள். ஆனால் கருடன் போலப் பறப்பது அவர் சிறப்பம்சம்! தாமும் பறந்து, தனித்த அந்தச் சிறப்பையும் அனுமன் இப்போது முறியடித்துவிட்டார்.

எப்போதும் நாராயணர் சமீபம் என்பதால் பெரிய திருவடி எனப்பட்டார் கருடன். ஸ்ரீராமாவதாரத்தில் மட்டும் பெருமாள் சமீபம் என்பதால் ஆஞ்சநேயர் சிறிய திருவடி. முன்பு அமுத கலசத்தைக் கொண்டுவர பெரிய திருவடி (கருடன்) பாய்ந்தார். இப்போது அமுதுடன் தோன்றிய சீதையைக் கொண்டுவர சிறிய திருவடி (அனுமன்) பாய்ந்தார் என்றது நயமான வர்ணனை.

பறக்கும் வேகத்தைக் கூட்ட தமது வாலை உயர்த்தினாராம். அதனைத் திருமால் காலால் அளந்த மேல் உலகை வாலால் அளப்போம் என்று உயர்த்தினார் என்றும் காற்றைக் கிழிக்கும் பொருட்டு தமது இரு கைகளையும் முன்னால் நீட்டிய போது இரு கைகளும் இராம இலக்குவர் போல முன்னால் போயின என்றும் எழுதுவார் கம்பர்.

இப்படிப் பறந்து செல்கையில் மைந்நாக மலை என்ற மலை கடலில் இருந்து எழுந்து அனுமனை வணங்கி, ''என் தோளில் அமர்ந்து ஓய்வு கொண்டு விருந்துண்ண

வேண்டும்'' என்று வற்புறுத்தியது. காரணம் நன்றிக் கடன். முன்பு எல்லா மலைகளும் இறகுகளுடன் பறந்து திரிந்தன. அது பொறாத இந்திரன் தமது வச்சிராயுதத்தால் மலைகளின் இறகுகளை அரிந்தான். இந்த மைந்நாக மலை மீது இரக்கப்பட்ட வாயுதேவன் அதனை மறைத்துக் கடலில் அழுத்தி இறகுகளைக் காத்தான். அந்த வாயுதேவன் புத்திரன் அனுமன் என்ற நன்றிக்காக விருந்து உபசரிக்க விரும்பியது மைந்நாக மலை. ''புறப்படும்போதே என்ன விருந்து... வரும்போது பார்க்கலாம்'' என்று மறுத்தார் அனுமன். இப்பொழுது நம்மில் பலர் அலுவலகம் வந்ததுமே ஒரு காபி சாப்பிடு வோம். ஆபீஸ் வந்ததற்கே ஒரு காப்பி... வேலையைப் பிறகு ஆரம்பிப்போம். அனுமன் அப்படியில்லை. வேலை முதலில்... விருந்து? பிறகு பார்ப்போம் என்றார்.

அடுத்து ஒரு தடை. தேவர்கள், அனுமனது திறத்தையும், பலத்தையும் அறிய விரும்பி தேவர்களே சுரசை என்ற பெண்ணை அரக்கி வடிவுடன் அனுப்பினர். வாய் பிளந்து வானில் நின்று ''வாயே புகுவாய் வழி மற்றிலை'' என்றாள் அவள். அவள் பசியால் புசிக்கத் தன்னைக் கேட்பதாகக் கருதிய அனுமன் ''இராமர் இட்ட பணியை நிறைவு செய்துவிட்டு பின்னர் வந்து உனக்கு உணவு ஆவேன். பொறுத்தருள்க'' என்றார். அவளோ ''விழுங்குவேன்'' என்று வாய் திறந்தாள். அனுமன் வாயினும் பெரிதாக வளர்ந்தார். மூச்சுவிடுமுன் வெளிவந்து தப்பினார். அவள் சுய வடிவு எடுத்து அனுமனை வாழ்த்தி வழி கொடுத்தாள்.

அடுத்து வந்ததோ அங்காரதாரை என்னும் அரக்கி. அவள் ஒரு சாயாகிரஹிணி. அதாவது நிழலைப் பிடித்தே அது யாருடையதோ அவரையும் பிடித்துத் தின்பவள். அவள் வாய்வழி புகுந்து, உடலைக் கீறி குடலைக் கையில் எடுத்தபடி அனுமன் வெளியேறினார். இந்தக் காட்சியில், அரக்கியின் குடல் அனுமன் கால்களில், மலைக் குகையுள் புகுந்து அங்கு வாழும் பாம்புகளைத் தூக்கிக் கொண்டு வானில் கருடன் பறக்கும் பொழுது கருடன் நகங்களில் பாம்புகள் நெளிவதுபோல் நெளிந்தது.

அனுமனது பயணத்தில் ஏற்பட்ட தடைகள் மூன்று. முதல் தடை: அன்பான மைந்நாக மலையால்... இரண்டாவது தடை: அனுமனது திறமையைச் சோதிக்க நினைத்த தேவர்களால்... அதாவது வேண்டியவர்களால் வந்த தடை. மூன்றாவது தடை: எதிரிகளால்... அதாவது அரக்கி அங்கார தாரையால். எவ்வளவு பெரிய பலசாலியான அனுமனுக்கும் எடுத்த காரியத்தில் தடைகள். தடைகளை எப்படி வென்றார்? அதனைக் கற்றுக் கொண்டால் நாமும் வெல்லலாம்.

❑ ❖ ❑

3. 'ராம நாம தாரகம்'

ஒரு நல்ல குறிக்கோளை நோக்கிப் பயணப்படும் போது, ஒரு சிறந்த செயலில் ஈடுபடும்போது எல்லாருக்கும் தடைகள் வரத்தான் செய்யும். தடைகளைக் கண்டு திகைத்து நிற்பது தவறு. பயந்து விலகுவது முட்டாள் தனம். எப்படித் தாண்டுவது? தடைகளை எவ்வாறு வெல்லலாம் என்று உணர்வதே வெற்றியின் இரகசியம்.

அனுமன் சீதையைத் தேடும் முயற்சியில் முதல் தடை மைந்நாகமலை. இரண்டும் மூன்றும் சுரசை அங்காரதாரை என்னும் அரக்கிகள். மூன்று தடை வந்ததும் இதுபோல் தொடர்ந்து தடைகள் வந்தால்?... என்ற கேள்வி அனுமன் மனத்துள் முளைத்தது. தடைகளை வெல்லும் வழியும் மனத்திலிருந்தே

பிறந்தது. ஓர் ஆச்சர்யமான செய்தி. நம்மில் எழும் எல்லாக் கேள்விகளுக்கும் விடை நம்மிலேயே இருக்கிறது. மேல் மனம் கேள்வி கேட்கும். ஆழ்மனம் விடையைக் கூறும். தியானத்தில் இருப்பவர்களே இந்த நிலையை உணர முடியும்.

எல்லாக் கஷ்டங்களையும் எப்படி வெல்ல முடியும் என்று கேள்வி பிறந்தது? 'இராம' என எல்லாம் மாறும் என்று விடை பிறந்தது. ஆம்... ராம நாமமே சகல துயரங்களுக்கும் மருந்து... வந்த வினை நீக்கி வருவினை போக்கும் பாப நாசினி... மனக்களைப்பு நீக்கும் ஆனந்த அருவி... துயரம் துடைக்கும் தாய்மடி... கவலைக் கடல் கடக்க கைகொடுக்கும் கடவுள் கப்பல்... கண்டு கொண்டார் அனுமன்.

இவ்வுண்மையை,

> *"ஊறு கடிது ஊறுவன ஊறில் அறம் உன்னா*
> *தேறல்இல் அரக்கர்புரி தீமையவை தீர*
> *ஏறும்வகை யாண்டையது இராமஎன எல்லாம்*
> *மாறும் அதின் மாறுபிறிது இல்என வலித்தான்"*
>
> (கடல் தாவு படலம்-88)

என்று பாடுகிறார் கவியரசர் கம்பர்.

இராமாயணத்தின் சாறு சுந்தரகாண்டம். சுந்தர காண்டத்தின் சாரம் இந்தப் பாடல். இந்தப் பாட்டின் சாரம் ராமநாமம்.

நாம ஜபம் என்பது ஹிந்து தர்மத்தின் ஜீவ சக்தி. பக்தி உலகின் பலமே நாம ஜபம்தான். இறைவனை விடவும் இறை நாமம் நமக்கு சமீபம் என்பதுதான் நாம

மகிமைக்கான மூல காரணம். அதனால்தான் பகவானை விடவும் பகவன் நாமா மேலானது என்பர் பக்தர்.

நமக்கு வங்கியிலே பணம் இருக்கிறது என்று வைத்துக் கொள்ளுங்கள். பணம் கொடுக்கும் இடத்தில் போய் வாய்கிழிய கத்தினாலும் நாமே நேரே போய் கேட்டாலும் பத்துக்காசு தரமாட்டார்கள். ஆனால், நமது கையெழுத்தைப் போட்டு ஒரு செக் அல்லது பணம் பெறும் படிவம் கொடுத்தால் பணம் கிடைக்கும். என்ன பொருள்? நம்மைவிட நமது நாமா... அதாவது கையொப்பம் வலிமையானது... அது மட்டுமா?

"கட்டிப் பொன் போலே அவன்: பணிப்பொன் போலே திருநாமம்" என்று வைணவ உரை ஆசிரியர்கள் சொல்வதுண்டு. கோலார் தங்க வயலில் பாறைக் கட்டிகள் இடையில் பொன் இருக்கிறது. அதைச் சராசரி மனிதன் பயன்படுத்த முடியுமா? முடியாது. அது கட்டிப் பொன். அதையே சுத்தப்படுத்தி நகைக் கடையில் வளையல், மோதிரம் என்று செய்துவிட்டால் அது பணிப்பொன். கட்டிப்பொன் இருந்தும் நமக்குப் பயனில்லை! பணிப்பொன்னால் நமக்குப் பயன் உண்டு. பரம பதத்தில் இருக்கும் நாராயணன் அல்லது அத்வைதம் சொல்லும் பரப்பிரும்மம் கட்டிப்பொன். நமக்கு வெகு தொலைவில் உள்ளது. நமது அனுபவத்தில் இல்லை. ஆனால், இராமர், கிருஷ்ணர் என்கிற அவதாரங்களும் அவர்தம் நாமங்களும் பணிப்பொன். நமக்கு அண்மையில் உள்ளன. நம்மோடு உள்ளன. ஓர் ஆபத்தில் பணிப்பொன் பயன்படும். நகையை அடகு வைத்து ஆபத்திலிருந்து தப்பிக்கலாம். அப்படியே ஆபத்தில் 'ராமா ராமா' என்று சொல்லி தப்பிக்கலாம்.

பணிப்பொன் (நகை) நமக்கு அழகு சேர்க்கிறது. நாமாவும் நம் நாவுக்கும் மனசுக்கும் அணி சேர்க்கிறது. ராமா கிருஷ்ணா என்று நாமணக்கும் நாமா சொன்னால் ஆன்மா அழகு பெறுகிறது. பகவன் நாமா ஆன்மத்தின் அணிகலன்.

'ராமா' என்னும் நாமம் ஆச்சரியமானது. சைவ - வைணவ இணைப்புக்கான மூலமந்த்ரம் அது. ஓம் நமோ நாராயணாய என்கிற வைணவ மகாமந்தரத்தில் 'ரா' முக்கியமான எழுத்து. அதை எடுத்துவிட்டால் நாமத்தின் மேன்மை குறைந்து அகௌரவம் சேருகிறது. நம சிவாய என்பது சைவர்களின் மகா மந்த்ரமாகிய பஞ்சாட்சரம். அதில் 'ம' என்ற எழுத்து மிக முக்கியம். அதை நீக்கி விட்டால் ந - சிவாய என்று ஆகிவிடும். சிவன் இல்லை என்று பொருள் வரும். நாராயணனைக் கௌரவப் படுத்தும் 'ரா', நமசிவாயனை இருக்க வைக்கும் 'ம' இரண்டும் இணைந்தால் 'ராம' நாமம் உண்டாகும். சிவனையும் நாராயணனையும் வாழ்விக்கும் மகாமந்த்ரம் 'ராம' என்பதாகும். அதனால்தான் காசியில் இறப்பவர் காதில் ராமநாமத்தைச் சிவன் சொல்கிறார். இராமேஸ் வரத்தில் சிவபெருமானை இராமர் பூஜிக்கிறார். ராம, ராம என்ற மாறாத இடைவிடாத ஜபம் காசி இராமேஸ் வரம் இடைவிடாது போய்வரும் பயணத்தை விடவும் மேலானது.

ராம நாமத்தைப் பற்றிய கபீர்தாஸ் கூற்று அபாரமானது. முன்பெல்லாம் பித்தளைப் பாத்திரத்துக்கு ஈயம் பூசுவார்கள். அதற்கு நெருப்பை எரிப்பதற்காக காற்று ஊத பெரிய தோல் பை வைத்திருப்பார்கள். துருத்தி என்று பெயர். தோல் பையைத் திறந்ததும் காற்று

நிரம்பும். அழுத்தியதும் காற்று வெளியேறும். அந்தக் காற்றால் தணல் எரியும். காற்றை இழுத்து நிரப்பி வெளியேற்றும் அந்தத் தோல் பைக்கும் (துருத்தி) நமது சுவாசப் பைக்கும் என்ன பெரிய வித்தியாசம். இதுவும் பிராணனை (காற்றை) உள்ளிழுத்து வெளியே விடும். கபீர் சொல்கிறார், ஒரே ஒரு வித்தியாசம். ''சுவாசப்பை ராம ராம என்று ராம நாமம் சொல்ல முடியும். ஈயம் பூசும் தோல் பையால் ராம நாமம் சொல்ல முடியாது.'' உயிரோடு இருப்பதன் பாக்யமே ராமநாமம் சொல்லு தல்'' அதிலும் உயிர் மூச்சோடு கலந்தது ராம நாமம் என்பதே கபீர் தாஸின் கருத்து.

''மேலும் 'ரா' என்கிற போது வாய் திறக்கிறது 'ம்' என்கிறபோது மூடிக் கொள்கிறது. எனவே 'ரா' என்று வாய் திறக்கும்போது பாவம் வெளியேறுகிறது. 'ம்' என்று வாய் மூடும்போது பாவம் மீண்டும் உள்புக முடியாதபடி மூடிவிடுகிறது'' என்கிறார் கபீர். ''ஓ ராம... நீ நாமா ஏமி ருசிரா... எந்த ருசிரா'' என்று ராமநாமத்தை வாய் மணக்க அனுபவிக்கிறார் பத்ராசல ராம தாஸர்.

மகாத்மா காந்தியைக் கவனியுங்கள். அவர் உடலைத் துப்பாக்கி துளைத்தபோது ராமநாமம் அவர் வாய் வழியாக வெளியே வழிந்தது. என்ன பொருள்! ஒரு மண் பானையில் தண்ணீர் நிரம்பி இருந்தால் அதைத் துளையிட்டால் உள்ளே உள்ள நீர்தானே வெளியே வழியும். அப்படி ராமநாமத்தில் நிரம்பி வழிந்தவர் மகாத்மா காந்தி. அதனால்தான் அவரைத் துப்பாக்கித் தோட்டா துளையிட்டதும் 'ஹே ராம்!' என்று ராமநாமம் வெளியே வந்தது!

ராம ராம ராம ராம.. என்று தொடர்ச்சியாக ஒலி அளவு பிறழாமல் உச்சரித்தால் நமக்குள் ஏற்படும் மாறுதல் என்ன தெரியுமா? 'ரா' என்பது நெடில்; 'ம' என்பது குறில். நெடில் - குறில், நெடில் - குறில் என்ற அலைகளைப் படம் வரைந்தால் ∿∿∿∿∿∿∿ என்பது போன்ற அலை எழும்பி அமரும். மனத்தின் அலைவரிசை, எண்ணத்தின் அலைவரிசை, ஒலியின் அலைவரிசை, ஒரே அளவில் ஏறி இறங்கும் போது நமக்குள் மிக வித்தியாசமான ஓர் அனுபவம் ஏற்படும். மலை மீது ஏறி இறங்கி மீண்டும் மலை ஏறும் நீரைப் போன்ற துள்ளலும் ஆனந்தமும் உடலெங்கும் பாயும். மனது மிதக்கும். ஆத்மாவுக்குச் சிறகு முளைக்கும். ஞான ஆகாசத்தில் பயணம் ஆரம்பமாகும். ஜீவாத்மா என்ற சிற்றெல்லை தகர்ந்து நாம் பரமாத்மாவின் ஓர் அலை என்கிற அனுபவம் பிறக்கும். நமது பெயர், நமது உடம்பு, நமது எண்ணங்கள் என்கிற சிறுதுளிகள் கரைந்து அனந்தகோடி பிரம்மாண்டமான பரப் பிரும்மமே நாம் என்கிற ஆனந்த நிலை அவசியம் ஏற்படும். ராமநாம ஜபத்தால் விளையும் அனுபவங்கள் இவை.

சகல ஜீவராசிகளையும் ஹிம்சித்து வேட்டையாடித் திரிந்த ஒரு கொலையுணர் வேடனை, கலைவளர் புலவனாய், வான்மீகி முனிவராய் வளர்த்தெடுத்த நாமம் ராமநாமம் அல்லவா? ராமநாமம் ஓர் ஆன்மிக அலைவரிசை. விளக்கங்கள், மேற்கோள்கள், இவற்றை விடவும் ராமநாம அனுபூதி அனுபவம்தான் மிக மிக முக்கியம். அந்த ராமநாம ஜபத்தால் ஆனந்த அனுபவத்துடன் அனுமன் கடலைக் கடந்தார். ஆனால்...!

❑ ❖ ❑

4. கவிக்கு நாயகன் யார்?

ராம நாமமே துன்பம் தீர்க்கும் மகாமந்த்ரம் என்றுணர்ந்த அனுமன் ராமநாமத்தை ஜபித்தபடி கடல் கடந்தார். ஆகாயத்தில் இருந்து இலங்கையில் இருந்த பவள மலையைக் கண்டு மெல்ல அதில் கால் பாவி, விமானம் ஓடு தளத்தில் தரையிறங்குவதுபோல இறங்கினார். மலை அதிர்ந்தது. கொடிய புயல்காற்றால் கடலில் மிதக்கும் கப்பல் கலங்குவது போல் கடல் நடுவே கிடக்கும் இலங்கை குலுங்கியது. அனுமன் கால் பட்டதுமே தீய அரக்கர் பகுதிக்குத் துயரம் தொடங்கியது என்பது கருத்து.

பவள மலையில் நின்றபடி இலங்கையின் பேரெழி லைக் கண்டு வியந்தார் அனுமன். வியப்பவர்கள் தாடையில் கைவைப்பது வழக்கமல்லவா? அதனை,

"நன்னகர் அதனை நோக்கி நளினக்கைம் மறித்து"

என்பார் கம்பர். தேவலோகத்தை இலங்கைக்கு ஈடு சொல்ல முயல்வது அறியாமை! காரணம், இலங்கை அதைவிட மேலானது!

இலங்கையில் வீடுகள் எப்படி இருக்கின்றன? சுண்ணாம்பைக் கொண்டு எழுப்பவில்லை. பொன்னை உருக்கிச் சேறாக்கி, நவரத்னக் கற்களை நடுநடுவே வைத்து கண்ணைப் பறிக்கும் மின்னலை வெயில் கொண்டு எழுதிய வீடுகள். விண்முட்டும் கோபுரங்கள் உடையது இலங்கை.

"பொன் கொண்டிழைத்த மணியைக் கொடுபொதிந்த
மின் கொண்டிழைத்த வெயிலைக்கொடு சமைத்த
என் தொண்டியற்றிய எனத் தெரிகிலாத
வன் கொண்டல்தாவி மதிமுட்டுவன மாடம்."

என்கிறார் கம்பர்.

அங்கு தேவ மகளிர் தெருப் பெருக்குகிறார்கள். பொன்னும் மணியும் குப்பை. குப்பை கூட்டும் விளக்கு மாறு கூட ஆகாயமின்னல்... கம்பர் கற்பனை அப்படி! மேகத்து மின்னலைப் பட்பட் என்று ஒடித்து அடுக்கி விளக்குமாறாக்கினர். தெரு கூட்டினர். ஆகாய கங்கையை அழகுக் கைகளில் அள்ளி தெரு தெளித்து கோலமிடுகிற வேலைக்காரப் பெண்கள் தேவமகளிர்!

அழகிய நகர் மட்டுமா இலங்கை? அதிகப் பாது காப்பு அரண்மிகுந்த நகரம். கையில் தடியும் சூலமும் ஏந்திய அரக்கர்கள் சூழ்ந்த இலங்கை கருநாகங்களால் சூழப்பட்ட குகைபோல் தோன்றியது. நீந்தி வந்த கடலையும், நெடிய மலையையும் மலைமீது அமைந்த

வலிய கோட்டையையும் மாறிமாறி பார்த்த அனுமன் ஒரு கணம் திகைத்தார். இராவணன் எப்படிப்பட்டவன் என்று பிரமித்தார். ''இங்கு வானர சேனை வருவதே கடினம். வந்தாலும் வீண்தான்! இராமர் இங்கு வந்துதான் என்ன செய்து விடமுடியும்? எவ்வளவு பாதுகாப்பான ஊர் என்று'' கவலைப்பட்டார் அனுமன். கருங்கடல் கடந்தாலும் கடக்கலாம் இந்தக் காவலர் என்கிற பெருங்கடலைக் கடப்பது எப்படி என்று அனுமன் கவலைப்படுவதாக எழுதினார் கம்பர். கோட்டை மதிலுள் காற்றும் புகமுடியாது என்று வான்மீகி முனிவர் சொல்வதை மேலும் அழகுபடுத்தினார் கம்பர். எப்படி?

''காற்று புகாது... ஏன் சூரிய ஒளிகூடப் புகுவது கடினம். எங்கும் புகுந்து புறப்படும் எமன்கூட புக முடியாது. பின் தேவர்கள் எப்படிப் புகமுடியும்? ஊழிக் காலத்தில் அனைத்தும் அழியும்போதும் இந்த மதில் அழியாது. பலவும் புகா இக்கோட்டை மதிலுக்குள் தரு மம் புகாது என்பதுதான் மிக முக்கியம்'' என்று அனுமன் பேசுவதை கம்பர் கவிதை, ''கறங்கு கால்புகா; கதிரவன் ஒளிபுகா; மறலி மறம்புகா... அறம்புகாது இந்த அணிம தில்'' என்று பாடும். எதிரியின் கோட்டையுள் தனிமை யில் புகும் எவருக்கும் ஏற்படும் இயல்பான பயம் இது. பிறகு இராமரை நினைந்து மனோதிடம் எய்துகிறார் அனுமன். அறிவு விழிக்கிறது. உணர்ச்சி மறைகிறது.

அரக்கர் தம்மை அடையாளம் காணமுடியாதபடி உடலைக் குறுக்கிக் கொள்கிறார். கவனமாக இலங் கைக்குள் செல்கிறார். எண்ணிப் பார்க்க முடியாதபடி அழகு வாய்ந்த இலங்கையின் பேரழகு ஆச்சர்யமும் மகிழ்ச்சியும் அளிப்பதால் சீதையைத் தேடும் கவலை சிறிது குறைகிறது. இலங்கையில் பிரதோஷ காலத்தில்

இடது காலை வைத்து நுழைந்தாராம் அனுமன். இலங் கிணி என்னும் இலங்கையின் காவல் தெய்வம் அந்நிய னான அனுமனைக் கண்டுவிட்டாள். 'ம்' என்று அதட்டு கிறாள். வாய்ப் பேச்சு வளரும் போதே கை நீட்டும் லங் கிணி அனுமனை அறைய பதிலுக்கு அனுமன் அறைய லங்கிணி கீழே விழுந்தாள். உடன் ஞானம் பெற்றாள். வானரத்தால் அறை உண்டபின், நகரின் காவலைவிட்டு நீங்குதல் வேண்டும் என்ற தன் முன்னை விதிப்படி அனுமனை வணங்கி இலங்கையை விட்டு நீங்கினாள்.

நகருள் நுழைந்த அனுமன் இப்போது வீடுவீடாகப் பார்க்கிறார். எங்கும் நாதம்... கீதம்... நடனமிடும் பாதம்... இடையில் நூலில் கோத்த சலங்கையும் காலில் சேர்ந்த சதங்கையும் போட்டிபோட்டு ஒலி எழுப்பு கின்றன. கிளிக்கு மொழி பயிற்றும் மங்கையர் ஒருபுறம். களிக்கும் வீணை இசைக்கும் மங்கையர் மறுபுறம். அடுத்து அரச வீதியில் அடியெடுத்து வைக்கிறார் அனுமன். பலவித உடையில் பலவகை உருவில் காவல் புரியும் அரக்கர்... அதை அடுத்து மலைக்கு மகுடம் வைத்தாற் போன்ற மாளிகை... இராவணன் உறைவிடம்.

அருகில் இருந்த மற்றொரு மாளிகையில் நுழைந்தார் அனுமன். சரேல் என ஒரு புயல் அவரை உள் நோக்கி இழுத்தது. ஒரு குகையுள் தள்ளியது. எப்படியோ சமாளித்து குகையின் சுவர்களில் ஒதுங்கினால் அது கும்பகர்ணன் மூக்கு! உள்ளிழுத்த புயல் அவன் உள்ளே இழுத்த மூச்சுக் காற்று. என்ன கற்பனை! அனுமன் கூச்சத்துடன் கும்பகர்ணனின் மூக்கிலிருந்து கீழே குதித்தார். கும்பகர்ணன் உருவம் கண்டு கைவிதிர்த்தார். இராவணனோ என்று முதலில் திகைத்தார். பின் பத்துத் தலை இருபது தோள் இன்மையால் அவன் தம்பி இவன்

என்று முடிவெடுத்தார். இந்த இடத்தில் அனுமனைக் குறித்து கம்பர் எழுதும் சொல்லோவியம்:

> "செவிக்குத் தேன் என இராகவன் புகழினைத் திருத்தும் கவிக்கு நாயகன்"

என்பது.

இராமர் புகழ்மிக்கவர். என்றாலும் உலகெங்கும் அவர் புகழை ஒழுங்காக்கி (திருத்தி) கேட்பவர் காதில் தேன்பாய வழங்கியர் அனுமன். இங்கு அனுமனுக்குக் கம்பர் தந்த பட்டம் 'கவிக்கு நாயகன்' என்பது. அது கம்பனுக்கும் பொருந்தும்!

கவி என்ற சொல் குரங்கையும் குறிக்கும். கவிஞர்களையும் குறிக்கும். அனுமன் குரங்குத் தலைவன். கம்பனோ கவிக்குத் தலைவன். எனவே அனுமனும் கம்பனும் செவிக்குத் தேனாய் இராமர் புகழ் பரப்பிய கவிக்குத் தலைவர்கள்! என்ன அழகான பொருத்தம் பார்த்தீர்களா? கவிச்சக்கரவர்த்தி கம்பர் தம்மை அனுமனாக அடையாளப்படுத்தி இருக்கிறார் என்றே உணரலாம்.

அடுத்து நல்ல தம்பியாகிய வீடணன் இல்லம் நுழைந்தார். அது அந்தணர் இல்லம் போல் தூய்மையாக இருந்ததாம். இந்த அரக்கர் மத்தியில் அப்படியே சுய வடிவுடன் வந்தால் தன்னைக் கொன்று விடுவார்கள் என்று அஞ்சி தருமமும் அரக்க வடிவில் ஒளிந்து வாழ்வதுபோல் விபீஷணர் விளங்கினாராம். வீடணனை உற்று உற்று நோக்கி இவன் நல்லவன் என்று அனுமன் உணர்ந்ததை,

> "உற்றுநின்றவன் உணர்வைத்தன் உணர்வினால் உணர்ந்தான் குற்றம் இல்லதோர் குணத்தினன் இவன் எனக் கொண்டான்."

பின்னர் இராவணன் வீரமகன் இந்திரஜித் அரண் மனையுள் புகுந்தார் அனுமன். 'ஆஹா நமது இளைய பெருமாள் இலக்குவனோடு நெடுநேரம் சண்டையிட ஏற்ற வலிமையாளன்' இவன் என்று தேறினார். இன்னும் சீதையைக் காணமுடியவில்லையே என்னும் ஏக்கத்தில் வெளியில் வந்தார் அனுமன்.

கண்ணைப் பறிக்கும் பொன் விமானம் சாலையில் தெரிந்தது. குபேரனிடம் இராவணன் கொள்ளையடித்த விமானம் அது. இரண்டு அன்னப் பறவைகள் சுமந்து செல்வதுபோல் வடிவமைக்கப்பட்ட அந்த விமானத்தை ஆவலுடன் தடவிப் பார்த்தவர் சிறு குழந்தை போல் அதனுள் ஏறியும் விட்டார். அந்நேரம் சமையல் அறையில் இருந்து வீசும் உணவின் நறுமணம், மதுபான வாசம், இவை, "இராவணன் இங்கேதான் இருக்கிறான் வா... வா..." என்று அழைப்பதுபோல் உணர்ந்து அவ்விடம் நோக்கி நகர்ந்தார் அனுமன்.

அரண்மனைத் தரையில் விலை உயர்ந்த ரத்னக் கம்பளம். கூரையில் கலை மலிந்த சித்ர வேலைப்பாடு. ஒவ்வொரு தூணிலிருந்தும் ஒளி வெள்ளம். தூண்களில் எல்லாம் சிற்பிகளின் கைவண்ணம். சுவர்க்கமே இதுதானோ என்று திகைத்தார் அனுமன்.

அரண்மனையுள் வேலைப் பாடமைந்த ரத்னக் கம்பளத்தில் மதுமயக்கத்தில் மகிழ்ந்து கிடக்கும் மங்கையர் குப்பை! மற்றும் அவர்தம் மலர்க்குப்பை! இராவணனை நினைத்து மோகிக்கும் அரக்கர் அரிவையர் கூட்டம் கூட்டமாய்! அனுமனுக்கு அவஸ்தையாக இருக்கிறது அந்த காட்சி. நைஷ்டிக பிரம்மச்சாரி அல்லவா?

அதையும் கடந்த அனுமனுக்குப் பெருவியப்பு. நட்சத்திரங்களுக்கு இடையில் ஒளிரும் சந்திரன் போலே நங்கையர் நடுவே உறங்கும் இராவணன். ராஜகளை உள்ள முகம். பரந்து விரிந்த பெருமார்பு. உருண்டு திரண்ட புஜம். மஞ்சள் பட்டு மேலே கட்டப்பட்ட வெள்ளை பட்டாடை! கறுப்பு எனினும் பளபளப்பு குறையாத உடல். வான்மீகி உவமை பாருங்கள்... கங்கையில் அமுங்கி நீராடும் கறுப்பு யானை மாதிரி பஞ்சு மெத்தையில் மிதக்கிறதாம் இராவணன் தேகம்! அவனைச் சுற்றி உள்ள நான்கு தூண்களிலும் நான்கு தீபங்கள்! ஆஹா! மேகத்தினை மின்னல் என்பது பழைய செய்தி. இங்கே நான்கு மின்னல் நடுவே உறங்கும் மேகமாய் இராவணன்!

விரஹதாபத்தால்... பெரிய மலைப்பாம்பு போலவே மூச்சுவிடுகிறான். மார்பு ஏறி இறங்குகிறது. இங்கு அனுமனுடைய அறிவுத்திறனை வெளிப்படுத்துவார் கம்பர். எப்படி? இராவணன் பெருமூச்சு விட்டதைப் பார்த்ததும் உற்சாகத்தில் துள்ளிக் குதிக்கிறார் அனுமன். ஏன்? சீதை இன்னும் கற்புடன் இருக்கிறாள் என்று கண்டுபிடித்து உணர்ந்தாராம். இராவணனால் சீதையை அடைய முடியாததால் தானே இந்தப் பெருமூச்சு.

அதுமட்டுமா? நாசியிலிருந்து வயிறுவரை போய் போய் வருகிறது அவனது பெருமூச்சுக் காற்று, அம்மி மீது குழவி போய்ப் போய் வருகிறமாதிரி இருந்ததாம். இந்த அம்மியில் அரைபடும் பொருள் எது தெரியுமோ? இராவணன் உயிர். பாட்டு பாருங்கள்,

> "ஆவியை உயிர்ப்பென் றோதும் அம்மியிட்டு
> அரைக்கின்றானை"

என்பார் கம்பர்.

பலப்பல பெண்கள் இராவணனை மோகித்துக் கிடக்கும்போது இராவணன் சீதையை மோகித்துக் கிடக்கிறான். அப்படிக் கிடப்பதை பாற்கடலில் நாராயணர் உறங்குவதுபோல, இரணியனைக் கொன்ற நரசிங்கம் போர் முடிந்து மேருமலையில் சரிந்து ஓய்வெடுத்ததைப்போல என்று உவமை சொன்னார் கம்பர். கடவுளாகிய நாராயணனை - நேர் எதிரான இராவணனுக்கு உவமை சொல்வது பிழையில்லையா என்று கேள்விவரும். பதில் வெகு சுலபம். பாற்கடலில் துயிலும் நாரணரும் மகாலக்ஷ்மியை நினைந்தே உறங்குகிறார். இராவணனும் மகாலக்ஷ்மியை (சீதையை) நினைந்தே உறங்குகிறான். எனவே பொருத்தம்தானே!

இராவணனைப் படைக்கும் கம்பர் இவ்வளவு உயர்வாகப் படைக்க வேண்டுமா என்று தோன்றும். நம் பார்வை வேறு. படைப்பாளியின் பார்வை வேறு. கொலு பொம்மை வாங்கும் பக்தி மிக்க பெண்மணி இராமர் பொம்மையும் ஐம்பது ரூபாய் இராவணன் பொம்மையும் ஐம்பது ரூபாய் என்று கேள்விப்பட்டு துடித்துப் போனார். இராமனும் இராவணனும் ஒரே விலையா? என்று பதறினார். கடைக்காரர் வெடி குண்டை வீசினார். "அம்மணி... இராவணன் பொம்மைக்கு 500 ரூபாய் வாங்க வேண்டும். காரணம் ஒரு தலை உடைய பொம்மை 50 ரூபாய் என்றால் பத்துத் தலை பொம்மைக்கு 10 X 50 = 500 ரூபாய் தரவேண்டும். இராமர் பொம்மையைவிட இராவணன் பொம்மை செய்ய வண்ணக் கலவை, செய்யும் நேரம், மனித உழைப்பு அதிகம் தேவை என்றார் கடைக்காரர். பக்தனுக்கு இராமன் உசத்தி. இராவணன் மட்டம். படைப்பாளிக்கு இராவணனைப் படைப்பதுதான் அதிக

கஷ்டம் என்பதால் தன் திறமைக்குச் சவால் விடும் இராவணன்தான் உசத்தி.

கம்பர் இராமனை மட்டுமல்ல இராவணனையும் படைக்கும்போது வெகு கவனமாக, உயர்வாக, அக்கறையாகப் படைத்து சுந்தரகாண்டத்தை அழகு செய்தார். இராவணனைக் கண்டதும் அனுமனுக்குக் கோபம் கொப்பளிக்கிறது. கொல்ல வேண்டும் என்று தோன்றியது. ஆனால், அது இராமன் தனக்கிட்ட கட்டளை அல்லவே என்றே தவிர்க்கிறார். மேலும் வருந்துகிறார். ஏன்? பிரம்மச்சாரியாகிய நான் பல்வேறு நிலைகளில் பெண்களைப் பார்த்துவிட்டேனே என்று கலங்கினார். பின்னர் மனத்தை விருப்பத்துடன் இதில் செலுத்தினால் தானே காமம். நான் அப்படியா, என்று தன்னைத் தானே ஆய்வு செய்து கொண்டார். நாம் தவறு செய்கிறோமா என்று அடிக்கடி தற்சோதனை செய்கிறவனே மேல்நிலை பெறமுடியும்.

அந்தோ... சீதையை இன்னும் காணவில்லையே என்று வருந்தும் போது அவர் கண்ட காட்சி அவரைத் திகைப்பில் ஆழ்த்தியது. மெல்லிய பஞ்சணை, ரம்பை, மேனகை, திலோத்தமை பாதம் வருட, நீலாம்பரி பாட்டிசைக்க, நாசி அருகே கற்பக மலரை வாசனைக்காக ஒருத்தி ஏந்த பஞ்சணை மேல் ஒருத்தி படுத்திருக்கிறாள். யார் அவள்? சீதையோ என்று தோன்றிற்று! அடுத்த விநாடி கோபம் கொப்பளித்தது. "அங்கே காட்டில் கடும் துயரோடு இராமன்... இங்கே சுகமாய், வசதியாய், மாற்றான் மஞ்சத்தில் இவள்!" என்று துடித்தார் அனுமன்.

❑ ❖ ❑

5. தைரியத்தை விடாதிருப்பதே அதிர்ஷ்டத்தின் ஆதாரம்

இராவணன் பட்டத்து மகிஷியாகிய மண்டோதரி என்பவளைத்தான் சீதையோ என்று சந்தேகப்பட்டு கோபம் கொள்ளுகிறார் ஸ்ரீ ஆஞ்சநேயர். மண்டோதரி சீதா பிராட்டிக்கு எள்ளளவும் குறைவில்லாத நிகரான கற்புக்கரசி என்பதை நிலை நிறுத்தவே ஆதிகவி வான்மீகியும், கவியரசர் கம்பரும் இந்தக் காட்சியை எழுதி இருக்கக்கூடும். மகாகவிகள் அனுமனின் அறிவுத் திறனைக் குறை வாக்கி மண்டோதரியை இவ்வளவு உயர்த்தியது ஏன்?

இராவணனது அழிவிற்குக் காரணம் என்ன? சீதையை அடைய வேண்டும் என்கிற ஏக்கம்தான். சீதைக்கு நிகரான மண்டோதரி அவன் வசம் இருந்தும் எங்கோ இருக்கும் சீதைக்கு இராவணன் ஏன் ஏங்க

அருகிலேயே சீதை இருந்தும் வெளியே இருக்கும் சீதைக்கு (அந்நியன் மனைவி) ஏங்குகிறான். இந்த வக்ர புத்தி உலகெங்கும் உள்ள ஆண்களின் பலவீனம் என்பதே மகாகவிகளின் தீர்மானம்.

மண்டோதரியைச் சீதையோ என சந்தேகப்பட்ட அனுமன் நிலையை,

> ''அன்னளாகிய சானகி இவள்என அயிர்த்து
> அகத்து எழும் வெந்தீ
> துன்னும் ஆருயிர் உடலொடு சுடுவதொர்
> துயர்உழந்து, இவை சொன்னான்''

என்றார் கம்பர். அதுமட்டுமா? ''கற்பற்ற இவள் காகுத்தன் புகழை அழித்தாள். எனவே இலங்கையை அழிப்பேன்'' என்று சூள் உரைத்தாராம் அனுமன். கம்பர் கவி பாருங்கள்:

> ''கற்புநீங்கிய கனங்குழை இவள் என்னின்
> காகுத்தன் புகழோடும்
> பொற்பும் யானும் இவ்விலங்கையும் அரக்கரும்
> பொன்றுதும் இன்று என்றான்''

ஆனால், அடுத்த விநாடியே தம் தவறைத் திருத்திக் கொள்கிறார் அனுமன். ''சீதைக்குச் சொன்ன இலக்கணங்கள் இவளுக்குப் பொருந்தினாலும் இவள் சீதை இல்லை. இவளது தலைமுடி கருகி உள்ளது. உறக்கத்தில் வாய்திறந்து உளறுகிறாள். இவளது தோற்றம் விரைவில் இவள் கணவனை இழப்பாள் என்று உணர்த்துகிறது. எனவே இவள் இராவணன் மனைவி. இராமன் மனைவி அல்லள்'' என்கிறார்.

படுத்துக் கிடக்கும் பல்வேறு பெண்களைப் பார்க்க நேருகிறது. விகாரமாகக் கிடக்கின்றனர் பலர். அரை குறை ஆடைகள். உண்டு வைத்த உணவுகள்... குடித்து வைத்த பானங்கள்... என்று அருவருப்பான காட்சிகள். "எத்தனை எத்தனையோ பெண்களை எந்த எந்த நிலையிலேயோ பார்த்துவிட்டேனே... இது என் பிரம்மச் சர்ய விரதத்திற்கு இழுக்கல்லவா?" என்று வருந்து கிறார் அனுமன். வாழ்வில் உயர்ந்த உத்தமர் பலரும் தமது ஒவ்வொரு செயலையும் தாமே நிறுத்துப் பார்த்து தம்மீது தாமே தீர்ப்பளிக்கும் இயல்பினர். அவர் வழி வந்த அனுமனும் தன்மீது தானே குற்றப்பத்திரிகை வாசிக்கிறார்.

எனக்கு இவர்கள்மீது ஆசையோ... காமமோ எழ வில்லை... என் தவம் குறையவில்லை... எனவே இதில் பிழையில்லை. "பெண்ணைத் தேட வந்தவன் பெண்கள் மத்தியில் தேடாமல் மான்கள் மத்தியிலா தேட முடியும்?" என்று தனக்குத் தானே சமாதானம் செய்து கொண்டார். பின்னர் கவலையோடு சீதையைத் தேடுகிறார்.

அந்த ஊரில், அந்த வேளையில், கவலை என்பது அனுமனைத் தவிர வேறு ஒருவருக்கும் இல்லை. ஆட்டம், பாட்டம், கொண்டாட்டம்தான்! மதுநதி பாய்கிறது.

 "அளிக்கும் தேறல் உண்டு ஆடுநர் பாடுநர்ஆகி
 களிக்கின்றார் அலால் கவல்கின்றார் ஒருவரைக் காணோம்"
என்கிறது கம்பராமாயணம்.

அவநம்பிக்கை தேவையற்ற கற்பனைகளைத் தூண்டு கிறது. "இராமனைப் பிரிந்த சோகத்தில் சீதை இறந்து விட்டாளோ? அல்லது உயிர்க்குலத்து உத்தமியைப்

பாவிகள் கொன்று போட்டிருப்பார்களோ? இராவணன் இஷ்டத்துக்கு இணங்காத ஆத்திரத்தால் என்ன செய்தார் களோ? அரக்கியர் கூட்டத்தில் பயத்தாலேயே பிராட்டி உயிர் பிரிந்திருக்குமோ?'' என்ற அனுமனது பலப்பலக் கவலைகளை,

> *"கொன்றானோ? கற்பழியாக் குலமகளைக் கொடுந்தொழிலால்*
> *தின்றானோ? எப்புறத்தே செறித்தானோ சிறை, சிறியேன்*
> *ஒன்றானும் உணர்கிலேன்"*

என்று பாடுகிறார் கம்பர்.

''இராமனிடம் எப்படித் திரும்புவேன்? என்ன சொல்லுவேன்? காணவில்லை என்றா? இறந்து போனாள் என்றா? சொன்னால் ஆபத்து. சொல்லாவிடில் தவறு - என்ன செய்வேன்? பார்க்கவில்லை என்று ஒரு வரியில் சொன்னால் கடல் கடந்து நான் பட்ட கஷ்டம் எல்லாம் வீணாகிவிடுமே! வானரர்கள் என்னை என்ன நினைப்பார்கள்? சுக்ரீவ மகாராஜாதான் என்ன சொல்லு வார்?'' என்று மனதிற்குள் புலம்புகிறார் அனுமன். திடீர் என்று நம்பிக்கைக் கீற்று ''தைரியத்தைக் கைவிடா திருப்பதே அதிர்ஷ்டத்தின் ஆதாரம்'' என்கிறார். தயவுசெய்து இந்த மேற்கூறிய வரிகளை பலமுறைப் படியுங்கள்... உங்கள் வாழ்க்கையே மாறும்.

ஆனால் பொல்லாத மனதில் மீண்டும் சிந்தனைகள்: ''சீதையைக் காண முடியவில்லை என்றால் இராமர் உயிர் விட்டுவிடுவாரோ?'' என்ற கவலை வந்தது. ''திரும்பிப்போய் இதைச் சொல்வதைவிட தற்கொலை செய்துகொள்ளலாமா? கடலில் குதிக்கலாமா? அல்லது காவியுடுத்தி தலைமறைவாக ஓடிவிடலாமா?'' என்று பலவாக மனம் குழம்பியது. அப்போது பலசாலி

அனுமனுக்கே இத்தனை குழப்பம் என்றால் நாம் எம்மாத்திரம்? ஆனால் இவ்வளவு குழப்பம் வந்தும் அனுமன் எடுத்த முடிவுதான் நமக்கெல்லாம் வழிகாட்டி.

புத்தி தெளிந்து "உயிர் இருக்கும்வரை நம்பிக்கையை விடக்கூடாது. மேலும், மேலும் தேடுவது ஒன்றுதான் நான் செய்யவேண்டிய பணி. அதைவிட்டு விட்டு வருந்துவது சரியாகாது" என்று உறுதி பூணுகிறார். சபாஷ்! எத்தனை குழப்பம் வந்தாலும் நாம் செய்ய வேண்டிய பணியைச் செய்வது தான் சரி என்பதே வான்மீகத்தின் தீர்ப்பு.

"நான் கடல் கடக்கும் போது எத்தனையோ கடவுளரை வணங்கினேன். கண்கண்ட கடவுளாகிய ஸ்ரீராமச்சந்திரமூர்த்தியை, சீதா லக்ஷ்மண சமேதராக வணங்கவில்லை. அவரை நமஸ்கரித்தால் என் கஷ்டம் தீரும்" என்று கண்டு கொள்கிறார்.

> "நமோஸ்துராமாய ஸலஷ்மணாய தேவ்யைச தஸ்யை
> ஜனகாத்ம ஜாயை
> நமோஸ்து ருத்ரேந்த்ர யமானி லேப்யோ நமோஸ்து
> சந்த்ராரீக ம்ருத்கணேப்ய:"

என்ற அதிமதுரமான ஸ்லோகம், சுந்தரகாண்டத்தின் ஜீவஸ்ருதி அப்போதுதான் பிறக்கிறது.

ராமபக்தி அவருள் விசேஷ சக்தியும் யுக்தியும் அளித்தது. அதுவரை எதிரிலேயே இருந்தும் கண்ணுக்குத் தெரியாதிருந்த அசோகவனம் தெரிகிறது. பலவித மரங்கள். அழகிய கொடிகள். எங்கும் பூக்கள். எதிலும் பழங்கள். வான்மீகி படைத்த அனுமனில் இருந்து

கிறேன். கம்பன் கவியழகு சுந்தரமாகிப் பெருகிய இடம் அல்லவா இந்தச் சுந்தரகாண்டம்.

சீதையைத் தேடி அனுமன் ''கண்டுவருவான்'' என்று ஸ்ரீராமனும் ''கொண்டு வருவான்'' என்று சுக்ரீவனும் காத்திருப்பதாக அனுமன் நினைக்கிறார். ''கண்டு'' ''கொண்டு'' இதில் என்ன வேறுபாடு? ஒரே எழுத்து 'க' அல்லது 'கொ' அப்படித்தானே! இல்லை! குணச்சித்திர வேறுபாட்டை ஓரெழுத்தைத் தலை எழுத்தாக்கி விளக்கி விட்டார் கம்பர். மனிதப் பண்புடைய இராமன் சீதையை அனுமன் பார்த்துவிட்டு வருவான் என்று மட்டும் எண்ணினார். ''கண்டுவரும், என்றிருக்கும் காகுத்தன்'' என்றார் கம்பர். ஆனால் குரங்கினத் தலைவனாகிய சுக்ரீவன் குரங்குகள் பார்த்ததை வைத்துவிட்டு வருவதில்லை, கையோடு கொண்டு வந்து விடும் என்று எண்ணியதை ''கவிக்குலக்கோன் கொண்டுவரும் என்றிருக்கும்'' என்றும் எழுதினார். ஒரு மிகச் சிறந்த ஓவியன் ஓர் இளம்பெண் படத்தில் சில கோடுகளையும் வளைவுகளையும் சேர்த்து கிழவியாக்கி ஓவியத்தில் விளையாடுவதுபோல 'க' என்ற எழுத்தோடு 'ெ', 'ா' என்ற எழுத்துக்களைச் சேர்த்து காவியத்தையே மாற்றி கம்பர் விளையாடுகிறார் என்பார் வாகீச கலாநிதி கி.வா.ஜ.

அசோகவனத்தில் சீதை சோக வனமாக இருக்கிறார். அரக்கியர் நடுவே அழுக்கடைந்த ஆடையோடு, அன்ன ஆகாரமின்றி இளைத்து, பெருமூச்சு விட்டபடி இருக்கிறாள். வளர்பிறையில் (சுக்லபட்சம்) ஒரு சிறு கீற்றுக் கோடாக ஒளிரும் மூன்றாம் பிறைச் சந்திரன் போல் அடையாளம் காண முடியாதவராகத் தெரிகிறார். குறிப்பு என்ன தெரியுமோ? எவ்வளவு மெலிந்தும் ஒளி என்பதை

இழக்காத நிலவு என்கிறார் வான்மீகி. அலங்காரம் ஏதுமில்லை. தலை கலைந்து வேறு வழியின்றி ஒற்றைப்பின்னல் போட்டிருக்கிறார். நாணம் தென்படு கிறது. தவம் புலப்படுகிறது. மலர் அற்ற தாமரைக் கொடிபோலத் தெரிகிறார். துக்கத்தை இதுவரை அறியாதவர் துக்கமாகவே இருக்கிறார்.

கவிகளின் உவமைகளைப் பாருங்கள்:

வீண் பழியால் பாழ்உற்ற புகழ்போலவும், முறிந்து போன ஆசைபோலவும் தோன்றுகிறார். வான்மீகியின் அடுத்த உவமை... நெடுநாள் புழக்கத்தில் இல்லாததால் மாறுபட்ட பொருள் கொடுக்கும் ஒரு சொல் போல சீதா பிராட்டி திரிந்து தெரிகிறார். ஆஹா... ஒரு மகா கவிக் கல்லவா இந்த உவமை தோன்ற முடியும். மக்கள் வழக்கில் இருந்து விலகிய ஒரு சொல்லின் பொருள் திரிந்து இருப்பதுபோல மங்கள விக்ரகமாகிய சீதை அர்த்தம் குலைந்து காணப்படுகிறார் என்கிறார் வால்மீகி.

பாறாங்கல் மாதிரி இடை பருத்துக் கிடக்கும் அரக்கி யர் என்ற கருங்கல் மலை இடையே, உயிர்காக்கும் சஞ்சீவிச் செடி தோன்றி, கார்மேகத்தின் மழை வந்தால் தான் பிழைக்க முடியும் என்று காத்திருப்பது போல் இராமன் வருகைக்குச் சீதை காத்திருந்தார் என்பார் கம்பர். அதாவது வேருக்கு நீர் - மனிதனுக்கு நம்பிக்கை.

பாறாங்கல் = அரக்கியர் இடை, சஞ்சீவிச் செடி = சீதை, கார்மேகம் = கறுப்பு ராமன், மழை = இராமன்

வருகை. என்ன பொருத்தம் பாருங்கள். எல்லார் உயிரையும் காப்பது மருந்து மூலிகை. ஆனால் அதன் உயிர்காப்பது மழை. அதுபோல் சகல உயிர்களையும் காக்கும் உலக அன்னை சீதை. அவளைக் காக்கும் உயிர் மழை ஸ்ரீ ராமன். அதுமட்டுமா?

''துயில்எனக் கண்கள் இமைத்தலும் முகிழ்த்தலும் துறந்தான்
வெயில்இடைத் தந்த விளக்கென ஒளியிலா மெய்யாள்
மயில்இயல் குயில் மழலையாள் மான்இளம் பேடை
அயில்எயிற்று வெம்புலிக் குழாத்து அகப்பட்டது அன்னாள்''

என்றார் கம்பர். புலிக்கூட்டத்தின் இடையே ஒரு பெண்மான் என்கிறார்.

சீதாபிராட்டியின் சோகத்தைச் சித்திரத்தில் தீட்டி வார்த்தையில் படம் பிடிக்கிறார் கம்பர். எப்படி?

விழுதல் விம்முதல் மெய்யுற வெதும்புதல் வெருவல்
எழுதல் ஏங்குதல் இரங்குதல் இராமனை எண்ணித்
தொழுதல் சோருதல் துளங்குதல் துயர்உழந்து உயிர்த்தல்
அழுதல் அன்றி மற்றுஅயல் ஒன்றும் செய்குவது அறியாள்''

என்கிறது கம்பராமாயணம். இதனை, விழுந்து அழுதாள், விம்மி அழுதாள், வெதும்பி அழுதாள், வெருவி அழுதாள், எழுந்து அழுதாள், ஏங்கி அழுதாள் இரங்கி அழுதாள், இராமனை எண்ணித் தொழுது அழுதாள், சோர்ந்து அழுதாள் என்று படிக்க வேண்டும் என்பார் டாக்டர் உ.வே. சாமிநாத ஐயர். அதாவது அழுகை என்ற சொல்லை ஒவ்வொரு சொல்லோடும் சேர்த்துப் படிக்க வேண்டுமாம்! அவ்வளவு அழுகை.

இராமனை நினைத்ததும் தோன்றும் கண்ணீரால் ஆடை நனைந்தது. அடுத்த நிமிடமே விரக தாபத்தால் பிறக்கும் வெப்பப் பெருமூச்சால் அது முற்றிலும் காய்ந்தது. தற்கொலை செய்து கொண்டால் பழிதன்னோடு போகாது தன்னைக் கரம்பற்றிய இராமன் குலத்தையும் சேருமே என்று தவித்தார். தன்னை மீட்க எந்தத் திசையில் இருந்து இராமர் வருவார் என்ற ஏக்கத்தில் ஒவ்வொரு திசையையும் மாறி மாறி தம் கண்களால் அளக்கிறார் சீதாபிராட்டி.

புடவை அடிக்கடி நழுவுகிறது. அதனால் 'பாலின் ஆவி' போன்ற புடவையை மீண்டும் மீண்டும் உடுத்துகிறார் சீதை. காரணம்... இடுப்பில் புடவை நிற்கவில்லை. ஏன்? புதிதாகப் புடவை கட்டினால் புடவை நிற்காது. சீதை புடவை கட்டிப் பழகியவர்தானே! பின் ஏன் நிற்கவில்லை? காரணம்... பட்டினிதான். விநாடிக்கு விநாடி மெலிந்து போவதால் புடவை அவிழ்ந்து போகிறதாம். ஆம். விரதம் உபவாசம் இருப்பவர்கள் இடுப்பில் ஆடை நிற்காது. நழுவிக்கொண்டே இருக்கும். மேலும், தனிமையில் விதவிதமான கற்பனைகள், பலவகைப் புலம்பல்கள்.

"மாயமானைத் தேடிப்போன இராமனைத் தேடிப் போகும்படி இலக்குவனை அனுப்பினேனே. இருவரும் சந்திக்கவே இல்லையா? கடல் நடுவே இலங்கை இருப்பதை ஒருவேளை அவர் அறிய மாட்டாரோ? இராவணன் என்னை எடுத்து வந்த செய்தியே அவருக்குத் தெரியாதோ? எனக்காகச் சண்டையிட்ட ஜடாயு இறந்திருப்பாரோ? என் நிலைமை அவர்கட்கு

எப்படித் தெரிய முடியும்?'' என்று புண்ணில் நெருப்பு நுழைந்தாற்போல் துடிக்கிறார் சீதை.

"இளைய பெருமாளை விரட்டினேனே! அவர் ஒழுக்கத்தை ஐயப்படும் சொற்களை நான் சொன்னதைக் கேள்விப்பட்டு இராமர் என்னை வெறுத்திருப்பாரா? என் விதி இப்படியே முடிந்துவிடுமோ?'' என்று பலமுறை சொல்லிச்சொல்லி வாய் உலர்ந்துபோகும்படி அழுதார் சீதை. அவரைப் பல கவலைகள் வாட்டி வதைத்தன.

"அவருக்கு மெல்லிய கீரைகளால் ஆன உணவை யார் தருவார்கள்? விருந்தினரைக் கண்டால் வீட்டிற்கு வாருங்கள் என்று அழைக்க முடியாமல் அவர் எவ்வளவு துயரம் அடைவார்? என் நோய்க்கு மருந்தே இல்லையா?'' என்று அழுதபடி அமர்ந்திருந்த சீதை கரையான் புற்றெடுக்கும்படி அசையாது இடிந்துபோய் இருந்துவிட்டார்.

"வஞ்சனை அரக்கர் வைத்திருக்க மாட்டார்கள் தின்றிருப்பார்கள் என்று நினைந்தாரோ? என தன் குலத்தின் பொறுமைக்கேற்ப பொறுமையாக இருக்கிறாரா? வனவாச காலம் முடிந்ததா? அயோத்தி திரும்பி இருப்பாரா?'' என்று இரவு பகல் தெரியாதபடி இருந்தார். அப்போது அண்ணல் இராமரின் அரும் பண்புகள் அவருக்கு நினைவு வந்தன!

❏   ❖   ❏

6. கற்பின் கனலியும் காமுகப் பாறையும்!

மண்ணில் பிறந்த மானுடர் யாவரும் இறையருளைப் பெற்று முக்திபெற வேண்டும். அதற்கு நான்கு படிநிலைகள் உள்ளன. பிரம்மச்சர்யம், கிருஹஸ்தம், வானப்ரஸ்தம், சந்யாஸம் என்கிற நான்கு ஆச்ரமங்கள் அவை. இதில் மூன்று நிலைகள் ஆணுக்கும் பெண்ணுக்கும் பொது. ஸந்யாஸ ஆச்ரமம் ஆணுக்கு மட்டுமே என்பது பழைய இந்திய - இந்து வாழ்வியல் முறை.

அப்படியானால் ஸந்யாஸம் என்னும் உயர்ந்த படிநிலை பெண்ணுக்கு மறுக்கப்பட்டதா? இது அநீதி இல்லையா என்று பலருக்குத் தோன்றும். உண்மை அதுவல்ல. ஒரு பெண் பெண்ணாக வாழ்வதே ஸந்

யாசம். திருமணம் செய்து கொள்ளும் பெண் ஒருத்தி உண்மைத் துறவியின் சகல அனுபவங்களையும் பெறுகிறாள்.

நெடுநாளாகத் தான் பழகிய தன்னைப் பின்னிய சகல பந்தங்களையும் உதறி எறிந்துவிட்டு கடவுளுடன் ஸந்யாஸி புறப்படுகிறான். மணப்பெண்ணும் அப்படித் தான். தாய், தந்தை, உற்றார், உறவினர் அனைவரையும் உதறிவிட்டுத்தானே கணவனுடன் புறப்படுகிறாள். பரமாத்மாவுடன் ஜீவாத்மா பந்தங்களைவிட்டு இணைவது துறவு என்றால் கணவனுடன் மனைவி தன் பந்தங்களை விட்டு இணைவதும் துறவுதானே!

துறவி தீட்சா நாமம் என்று புதுப்பெயர் பெறுவது போல், மனைவி, திருமதி கணவன் என்றே புதுப்பெயர் ஏற்பதில்லையா?

குலம், கோத்திரம் எல்லாம் அப்பா குடும்பத்தில் இருந்து கணவன் குடும்பத்தைச் சார்ந்து மாறுகிறது இல்லையா? இவை எல்லாம் ஸந்யாஸத்தின கூறுகள் தானே! பல ஆண்டுகளாகத் தன் வீட்டில் இருந்த பழக்க வழக்கங்கள், உணவு, ருசி, சமையல் எல்லாமே கணவன் வீட்டிற்கேற்ப மாறுகிறதே! கணவனுக்குப் பிடித்தவை தனக்குப் பிடித்தவை என்று மாற்றிக் கொள்கிறாளே இவையெல்லாம் துறவுநிலைதானே! காவி கட்டுவது மட்டும் துறவு அல்ல.. இன்ப துன்பங்கள் தன்னைச் சார்ந்ததாக இல்லாமல் தன் நலம் சார்ந்ததாக இல்லாமல் பிறர் சார்ந்ததாக இருப்பதே துறவின் உயிர். இதை அளவுகோலாகக் கொண்டால் பிள்ளைகளுக்காகவும் கணவனுக்காகவும் தன்னை, தன்னலத்தை, தன்

சுகங்களை இழந்துவரும் இந்தியப் பெண் யாவரும் துறவியரே!

துறவியின் செயல்கள் யாவும் தவம்தானே! அப்படியே இல்லற விளக்காகிய பெண்ணின் செயல்கள், கணவனைப் பிரிந்து தவித்தல் உட்பட தவம் தானே! அதனால் சீதை மனோநிலை தாபம் அல்ல! தவம்! தவம்! தவம்! இந்தத் தவத்தையே அனுமன் பாராட்டுகிறார். கணவன் மனைவியைப் பிரிந்து அழுதால் அது விரகதாபம். மனைவி கணவனைப் பிரிந்து அழுதால் அது தவம்.

அடுத்து அனுமன் பேசுவது மகா வேடிக்கை. ஆம். ஒருவருக்கு உணர்ச்சி மேலிடும்போது அறிவு செயல் இழப்பது தவிர்க்க முடியாதது. இப்போது அனுமனுக்கும் அவ்வாறே ஆகிவிட்டது. ''சீதை இவ்வாறு தவம் செய்யும் காட்சியைக் காண இராமனுக்குக் கொடுத்து வைக்கவில்லையே'' என்கிறார். இது எப்படி சாத்தியம். பிரிந்திருப்பதால்தானே தவமே நிகழ்கிறது. இராமன் பக்கத்திலேயே இருந்தால் பிரிவு இல்லை. எனவே, தவமும் இல்லை. அப்படி இருக்க இராமனுக்குப் பார்க்கக் கொடுத்து வைக்கவில்லை என்பது எப்படி நியாயம்!

நவ வியாகரண பண்டிதன் என்றும் தர்க்க சாஸ்திரத்தில் வல்லவன் என்றும் கருதப்பெறும் அனுமன் தர்க்கம் (Logic) பிழைபட பேசுகிறான்! காரணம், பிராட்டியின் சோகம் அவனை அந்தப் பாடு படுத்துகிறது. தடுமாற்றம் ஏற்பட்டு விட்டது.

ஓர் உதாரணம் சொல்கிறேன்: ஒரு குடும்பம். ஒரு மகன் பொறுப்பற்றவன், உழைக்காத ஊதாரி. அந்தத் துக்கத்திலேயே அப்பா இறந்து போனார். ஆனால், ஆச்சரியம், தந்தையின் மறைவு மகனைத் திருத்தி பொறுப்புள்ளவனாக்கிவிட்டது. அப்பா இறந்து விட்டால் சில பிள்ளைகள் திருந்திவிடுவார்கள். (பிள்ளைகள் திருந்துவதற்காக அப்பாக்கள் இறக்க முடியுமா என்ன?)

திருந்திய மகன் வேலைக்குப் போனான். சம்பளப் பணத்தைப் பொறுப்பாக அம்மாவிடம் தந்தான். ஆச்சர்யம் கலந்த கண்ணீருடன் ''இதை இருந்து பார்க்க உங்க அப்பாவுக்குக் கொடுத்து வைக்கலையே'' என்றாள் அம்மா. கடுமையாக உழைத்து காசு சேர்த்து அடகு வைத்திருந்த அம்மாவின் நகைகளை மீட்டுக் கொடுத்தான். அம்மா வழக்கம் போல ''இதையெல்லாம் இருந்து பார்க்க உங்க அப்பாவுக்குக் கொடுத்து வைக்கலேயே!'' என்று புலம்பினாள்.

அப்பாவுக்குத் திவசம் வந்தது. அதுநாள்வரை சாமியாவது பூதமாவது என்று நாத்திகம் பேசிய மகன் பொறுப்பாக எள்ளும் தண்ணீரும் இறைத்து மந்திரம் பவ்யமாகச் சொன்னான். அம்மா அழுதபடி ''இப்படி மாறிட்டானே... இதைப் பார்க்க அவருக்குக் கொடுத்து வைக்கலையே!'' என்றாள்.

போச்சு... போச்சு... அவருக்குத் திவசம் கொடுப் பதை அவர் எப்படி இருந்து பார்க்க முடியும்?

உணர்ச்சி முற்பட, அறிவு பிற்பட பேசிய தர்க்கம் (Logic) குறைந்த பேச்சு. அதுபோல பிரிவால் துயர் உறும் சீதையின் நிலையை இராமன் எப்படிப் பார்க்கமுடியும்? பக்கத்தில் இருந்தால் துயரமே சீதைக்கு வராதே! அனுமனுக்கு இராமன் மீதிருந்த ஈடுபாட்டை விட சீதைமீது ஏற்பட்ட பக்தி கூடிவிட்டதைக் கம்பர் புலப்படுத்திய இடம் இது:

> "தருமமே காத்ததோ சனகன் நல்வினைக்
> கருமமே காத்ததோ கற்பின் காவலோ
> அருமையே அருமையே யாரிது ஆற்றுவார்?
> ஒருமையே எம்மனோர்க்கு உரைக்கற் பாலதோ?"

என்று சீதையைப் புகழ்ந்தார் அனுமன். இராவணன் செல்வப் பெருக்கும், அரக்கியரின் கொடுமைகளும் இவரது இராம தாகத்தை அழிக்கவில்லை. கற்பைக் கெடுக்கவில்லை. இப்படி இருக்க வேறு எவரால் முடியும்? இதைவிட வேறு என்ன துன்பம் ஒருவருக்கு வரமுடியும்? ஆஹா... தருமத்தைத் தீவினை ஒருபோதும் வெல்ல முடியாது" என்று உறுதிப் படுத்திக் கொண்டார் அனுமன். "தேவர், தெய்வ வேதியர் யாரும் மரண மடைய வேண்டியதில்லை. அறம் அழியவில்லை. இராமனுக்கு நான் அடிமைப்பட்டது வீண்போக வில்லை" என்று மகிழ்ந்தார். இனி என்ன செய்வது என்று ஒரு மரக்கிளையில் அமர்ந்து யோசிக்கத் தொடங்கினார்.

காமத்தால் உறக்கம் பிடிக்காத இராவணன் அந்த இரவு நேரத்தில் அசோகவனத்திற்கு வருகிறான். அவன்

மட்டுமா வருகிறான். தனது அழகு ஆளுமை ஆணவம் இவற்றைப பறை சாற்ற ஊர்வசி உடைவாள் எடுத்துவர, மேனகை வெற்றிலை மடித்துத்தர, திலோத்தமை அவனது செருப்புகளைச் சுமந்து வர (ஜம்பம்) அரம்பையர் புடை சூழ வருகிறான். வாசனை திரவியங்கள், மனதை மயக்கி மோகத்தைத் தூண்டும் நறுமணக் கலவைகள் வாசனை வெறி பரப்ப சாந்து, மலர், பரிமள கந்தம் பூசி வருகிறான். எட்டுத் திசை யானைகளும் அந்த நறுமணத்தால் திகைத்து தாங்கமாட்டாது தமது துதிக்கை கொண்டு வாயும் நாசியும் பொத்திக் கொண்டன. (துதிக்கையை உயர்த்தி வணங்குவதைக் கம்பர் கற்பனை மிளிரக் கூறுகிறார்.)

கோடிக்கணக்கான இளம்பெண்கள் நெய்விளக்குகள் எடுத்துவர, இயக்க மங்கையர், வித்தியாதாரப் பெண்கள், நாக கன்னிகையர், சித்த மங்கையர் ஆகியோர் ஆடிப் பாடிவர பெண்கள் பேரணியே பின்னால் வருகிறது. இவ்வளவு பெண்களை உடையவன் ''உன் ஒருத்திக்கு ஏங்குகிறேன்'' என்று சீதைக்குச் சொல்லாமல் சொல்வதே இந்த மகளிர் மாநாட்டுப் பேரணியின் மையக் கருத்தாக இருக்கவேண்டும்.

ஊர்வலத்தை ஓர் புறத்தே நிறுத்திவிட்டு தனியனாகச் சீதைமுன் வருகிறான். அவனைக் கண்ட சானகி புலியைக் கண்ட மான்போல நடுங்கினாள். வான்மீகியோ ''ஆடிக் காற்றில் படபடக்கும் வாழை மரம் போல் உடல் நடுங்கியது. முழங்கால்களைக் கைகளால் கட்டிக் கொண்டு, தலைகுனிந்து கொண்டாள்'' என்று எழுது

கிறார். மரத்தின் மேலிருந்து பார்க்கும் அனுமனுக்கு இராவணன் வரவு மன்மதனே வந்தது போல் தோன்றிய தாம்... ''கரும்புவில் இல்லாததுதான் குறை'' என்கிறார் வான்மீகி. கம்பரோ ''கூச்சத்தால் சீதை ஆவி குலைகிறது. ஆசையால் இராவணன் உயிர் அழிகிறது. வருத்தத்தால் அனுமன் உள்ளம் உளைகிறது'' என்ற பொருளில்,

கூசி ஆவி குலைவுறு வாளையும்
ஆசையால் உயிர் ஆசு அழிவானையும்
காசில்கண் இணை சான்றெனக் கண்டனன்
ஊசலாடி உளையும் உளத்தினான்''

என்று பாடினார்.

மேலும்,

''வாழிசானகி; வாழி இராகவன்
வாழிநான் மறை வாழியர் அந்தணர்
வாழி நல்லறம்! என்றுற வாழ்த்தினான்
ஊழிதோறும் புதிதுஉறும் கீர்த்தியான்''

என்றார் கம்பர். உலகம் அழிகிற ஒவ்வொரு பிரளய காலத்திலும் புகழைப் புதுப்பித்துக் கொள்ளும் அனுமன் என்ற அபூர்வமான கருத்தை ''ஊழிதோறும் புதிது உறும் கீர்த்தியான்'' என்ற அமரவரிகள் மூலம் கம்பர் வெளியிடுகிறார்.

இராவணன் எப்படி இருக்கிறானாம்? வான்மீகி சொல்கிறார்: ''வனப்பும் வாலிபமும் மிக்க உடல்... பொன்னும் மணியும் மின்னும் அணிகலன்கள்.

காமத்தை மறைக்க முடியாத கண்கள். மதுவின் போதை வேறு... பளிச்சிடும் வெள்ளைப் பட்டுத்துண்டு தோளி லிருந்து நழுவும் நயம்... அதை லாகவமாக மேலே தள்ளி போர்த்திக் கொள்ளும் அழகு, ஆண்மை. ஒரு மதம் பிடித்த யானையின் போக்கு.''

பயம், சோகம் இவற்றைக் கடந்து தியானம், உபவாஸம் என்று மேலே செல்லும் தபஸ்வினியான சீதையிடம், உடல் மெலிந்த ஒருத்தியிடம், இச்சை மிக்க வார்த்தைகளைக் கொட்டுகிறான். ''இராமன் மனைவி யிடம் இவன் இப்படிப் பேசுவது நாசம் அடைவதற்கே'' என்று கவி (வான்மீகி) கோபத்துடன் சொல்கிறார்.

''வெவ்விடத்தை அமிழ்தென வேண்டுவான்'' என்பார் கம்பர். கொடிய விஷத்தை அமிர்தமாகக் கருதி விரும்பலாமா? சீதை இராவணனுக்கு விஷம்! காதல் மேலிட ''பேசு குயிலே பேசு'' என்று குழைகிறானாம்.

''நொவ்விடைக் குயிலே நுவல்க!''

என்றானாம். எவ்வளவு கெஞ்சல்... கொஞ்சல்!

கடுஞ்சொற்களால் மிரட்டுவதைவிட இன்சொற் களால் மனதை மாற்றும் முயற்சி நடக்கிறது. முதலில் சீதையின் பயத்தைப் போக்க வேண்டும். இராவணனை நம் கண்முன் நிறுத்துகிறார் வான்மீகி. இராவணன் சொல்கிறான்: ''ஏன் என்னைக் கண்டு பயப்படுகிறாய்! உன்மேல் எனக்குள்ள காதல் புரியவில்லையா? ஏன் புடவையால் உடலைப் போர்த்திக் கொள்கிறாய்? தயக்கத்தை விடு. உன்னைப் பார்த்தால் யாருக்குத்தான்

ஆசை வராது. அகலமான உன் விழிகள் மட்டுமே போதுமே! பிறர் மயக்கம் அடைய; என் அன்பினை ஏற்றுக்கொள்!'' என்கிறான்.

உலகத்தில் ஒழுக்க சீலர்கள் பலர், ஒழுக்கமாக வாழ்வதற்குக் காரணம் ஒழுக்கத்தின் மீதுள்ள ஈடுபாடாக இருக்கும் என்று சொல்வதற்கில்லை. ''பிறருக்குத் தெரிந்து விட்டால்'' என்கிற பயம் கூட பலரை ஒழுக்க மாக வைத்திருக்கிறது. அதைக் கருதி ''பயப்படாதே... இங்கு யாரும் வரமுடியாது. மனிதர்கள் (இராம இலட்சுமணர்) வரவே முடியாது'' என்று நம்பிக்கை ஊட்டுகிறான். மேலும் தன்னை மிக உயர்ந்தவனாகக் காட்டிக்கொள்ள ''இதோபார்... பல பெண்களைக் கவர்வதும் கலப்பதும் அரக்கர் இயற்கை. ஆனால், உன் விருப்பம் இன்றி உன்னைத் தொடக்கூட மாட்டேன்'' என்று பெருந்தன்மை பேசிய பின் ''விருப்பத்துடன் நீ சேர்ந்தால்தான் காமம் கரைபுரண்டு ஏகமாய்ப் பாயும்'' என்று கீழ்த்தரமாகப் பேசுகிறான். தான் தோல்வி காணாத மன்மதன் என்பதையும் சீதை மற்ற பெண்களில் இருந்து வித்தியாசமான மரியாதைக்குரியவள் என்பதை யும் புரிய வைக்கிறான் இராவணன்.

''என்னை முழுமையாக நம்பு. அன்பு காட்டு. இந்த அழுக்குத் துணி, பட்டினிப்போர், தரையில் படுக்கை, ஒற்றைப் பின்னல் உனக்கு எதற்கு? இவற்றை விடு. பெண்களின் மாணிக்கம் நீ. உடைமாற்றி அழகு செய்து கொள்'' என்று யோசனை கூறுகிறான். அதுமட்டுமா?

"இதோபார்? இலங்கையில் என்ன இல்லை? வித விதமான ஆடை அணிகள்; வகை வகையான உணவுப் பொருள்கள்! இவை எல்லாம் உன்னுடையவை! உனது நலன் கருதியும் சொல்கிறேன். இளமை வீணாகலாமா? யௌவனம் போனால் வருமா? புரிந்து கொள்'' என்கிறான்.

"உன் அழகு எப்படிப்பட்ட அழகு என்று உனக்குத் தெரியவில்லையா? உன்னைப் படைத்த பிரமன் இனி இப்படி யாரையும் படைக்க முடியாது என்று ஓய்வு கொண்டுவிட்டான்... தெரியுமா? எங்கே கண் பட்டாலும் அங்கே அழகு என்பதல்லவா உன் எழில்'' என்று புகழ்ந்து தான் கொள்ளை கொண்டு வந்த சகல செல்வங்களையும் அவள் காலடியில் காணிக்கையாக்க விரும்பினான் இராவணன். சீதை இசைந்தால் ''உலகை வென்று ஜனகனுக்குப் பரிசாகத் தருவேன்'' என்கிறான். மாமனாருக்கு மருமகன் தரும் மறுசீதனம் போலும்.

குழப்பமும் அச்சமும் சீதைக்கு உண்டாக்கி இசைவு பெறும் நோக்கத்துடன் ''அந்த இராமன் எங்கிருக் கிறானோ? எப்படி இருக்கிறானோ? இருக்கிறானோ... இல்லையோ? அவனோடு உனக்கென்ன?'' என்று பயமுறுத்துகிறான்.

காமம் அவனுள் கவிதையூறச் செய்வதால் ''அடி பெண்ணே... நீ அழகு... உன் பல் வரிசை அழகு... உன் கண் அழகு... நீ ஒரு ஒளி... கருடன் பாம்புப் புற்றில்

புகுந்து பாம்பைக் கொத்திச் செல்லுவதுபோல் என்னைக் கொத்திவிட்டாயடி'' என்கிறான் மூடன். தன்னை அறியாமல் அழியும் பாம்பு தான் என்றும் அழிக்கும் கருடன் சீதை என்றும் அறிவித்து விட்டான்.

"எந்த அலங்காரமும் இன்றி இவ்வளவு அழகாக இருக்கிறாயே? அலங்காரம் செய்தால் எப்படி இருப்பாய்? உன்னைக் கண்டபின் என் மனைவியர் எவரையும் ஏறெடுத்துப் பார்க்கவே எனக்குப் பிடிக்கவில்லை! அவர்கள் அனைவரையும் உன் வேலைக்காரிகள் ஆக்குகிறேன். சம்மதம் சொல். குபேரனிடம் பெற்ற செல்வம் உனக்கு'' என்று தன் மனதில் உள்ளதைக் கொட்டித் தீர்த்தான் இராவணன். பிராட்டியும் அசரவில்லை; இசையவும் இல்லை.

"உனக்கு இடை மட்டுமல்ல இரக்கமும் கொஞ்சமாகவே இருக்கிறது'' என்ற பொருளில் 'அருளும், மின் மருங்கும் அரிது' என்கிறான்.

ஒருவேளை இன்னும் இவள் இராமன் மீது பிடிப்பு வைத்திருப்பாளோ என்ற எண்ணத்தில் "அழகு, உடல் உறுதி, செல்வம் எதிலும் இராமன் எனக்கு ஈடில்லை. என்னை ஏற்றுக் கொண்டால் நாம் உல்லாசமாக வண்டுகள்போல மலர்வனங்களில் திரியலாம், வா!'' என்று புலம்புகிறான் இலங்கை வேந்தன்.

வான்மீகியை வழிமொழிந்து கம்பர், இராவணன்,

"இன்று இறந்தன நாளை இறந்தன
என்திறந் தரும் தன்மை இதால் எனைக்
கொன்று இறந்தபின் கூடுதியோ"

என்று கேட்பதாகப் பாடினார். பேசிப் பேசிப் பயன் இல்லை என்று "மூன்று உலகமும் ஆளும் என்னை அடிமையாகக் கொள்க" என்று கூறியபடி தன் மணிமுடிகள் மீது கரங்களைக் கூப்பி தரையில் விழுந்து வணங்கினான் இராவணன் என்பதனை,

"குடிமை மூன்று உலகும் செயும் கொற்றத்துஎன்
அடிமைகோடி அருளுதியால் எனா
முடியின்மீது முகிழ்த்துயர் கையினன்
படியின் மேல் விழுந்தான், பழி பார்க்கலான்"

என்று பாடினார் கம்பர். அந்தச் சொற்கள் காதில் நெருப்பை ஊற்றியது போல இருந்தது சீதைக்கு. கண்கள் சிவந்தன. கோபம் கொப்பளித்தது. தன் அருகே இருந்த புல்லைக் கிள்ளி எதிரில் போட்டு "ஏ! துரும்பே நான் சொல்வதைக் கேள்!" என்று சீதை பேசத் தொடங்கினாள். இந்தப் பாவியுடன் நேரே பேசினாலும் பாவம் என்று கருதி புல்லைக் கிள்ளிப்போட்டு பேசியதை, "சொல்லது தெரியக் கேட்டு துரும்பு எனக் கனன்று சொன்னாள்" என்கிறது கம்பராமாயணம். "த்ராணமாத்ரம்" என்று வான்மீகி பேசுகிறார். புல்லைக் கிள்ளி இட்டது ஏன்? துரும்பே என்றது ஏன்?

❑ ❖ ❑

7. காமமா? கோபமா?

இராவணனோடு பேச நேரும்போது சீதை துரும்பைக் கிள்ளிப்போட்டு பேசியது ஏன்?

தன்னைவிட தகுதி குறைந்த ஒருவருடன் பேச நேரும்போது துரும்பைக் கிள்ளிப் போட்டு அதைப் பார்த்துப் பேசுவது பழைய வழக்கம். இராவணன் முகத்தை (முகங்களை) பார்த்துப் பேச பிடிக்காததால் சீதை துரும்பைக் கிள்ளிப் போட்டிருக்கலாம்.

இராமனது பேராற்றலுக்கு முன்னால், இராமனோடு ஒப்பிட்டால், இராவணன் ஒரு துரும்பு என்று சொல்லலாம். சொல்வதற்காக இருக்கலாம். உரையாசிரி யர்கள் துரும்பைக் கிள்ளிப் போட்டதற்கு நயமான சில காரணங்கள் சொல்லுவதுண்டு.

இறைவன் "தூணிலும் உண்டு; துரும்பிலும் உண்டு" என்பது பழமொழி. தூணில் உண்டு என்பதைப் பிரகலாதன் சரித்திரத்திலேயே இறைவன் நிருபித்தார். நரசிம்மாவதாரம் எடுத்து தூணிலிருந்து வந்து இறைவன் நிரூபித்தார், அதனால் தூணில் உண்டு என்று நிரூபணம் ஆனது. அதுபோலவே துரும்பிலும் உண்டு என்பதை வெளிப்படுத்த துரும்பிலிருந்து வெளி வருவாரோ என்ற எதிர்ப்பார்ப்பில் சீதை துரும்பைக் கிள்ளிப் போட்டிருக்கலாம் என்றனர்.

துரும்பு என்று குறிப்பிட்டாலும் கிள்ளியிட்டது புல்தான். வல்லவனுக்குப் புல்லும் ஆயுதம். இதனை நிரூபித்தவர் இராமன். இந்திரன் மகனாகிய ஜயந்தன் காக்கை வடிவிலே வந்து பிராட்டியிடம் தவறாக நெருங்கிய போது புல்லை எடுத்து ராமபாணமாக ஏவி காக்கையின் ஒற்றைக் கண் வாங்கியவன் காகுத்தன் என்று கதை உண்டு. அந்தப்புல் ராமபாணம் ஆனாற் போலே இந்தப் புல்லும் ராமபாணம் ஆகாதோ என்கிற எதிர்பார்ப்பில் இவ்வாறு புல்லை இட்டாரோ என்னவோ?

அறிவற்றது மாடு. அதற்கு உணர்ச்சி தான் பிரதானம். மாடு புல் தின்னும்.. "இராவணா நீ ஒரு மனிதனே அல்ல விலங்கு" என்று அறிவிக்க அவன் முன்பு புல்லை இட்டாரோ என்னவோ?

செவி வழிக் கதைகளில் இளைய பெருமாள் கோடு போட்டார். சீதை அதனைத் தாண்டியதனால் தான் இராவணன் சிறை எடுத்தான் என்பார்கள். மீண்டும்

அவ்வாறு நிகழக் கூடாது என்று புல்லை இரு வருக்கும் இடையிலே தடைக் கோடாக இட்டாரோ என்னவோ?

மந்திர ஜபம் செய்வோர் தர்ப்பைப் புல்லைக் கிள்ளிப்போட்டு மந்திர சக்தியால் கொடிய நாகங்களைக் கூடக் கட்டுவது வழக்கம். கொடிய இராவணனை அடக்க சீதை மந்திரித்து புல்லை இட்டாரோ என்னவோ?

தமிழிலே கீழ்மக்களை 'புல்லர்' என்று கடிந்து கொள்வது வழக்கம். ''நீ ஒரு புல்லன்'' என்று இராவணனை ஏசாமல் ஏசினாரோ என்னவோ?

புல்லைக் கிள்ளியிட்டு புல்லைப் பார்த்துப் பேசிய பிராட்டி இராவணனைப் பார்க்கவில்லை. 'இந்தப் புல் கூட உயர்ந்தது. ஓரறிவு உயிர் என்றாலும் பிழை செய்யாதது. ஆறறிவு மனிதனாகிய நீ இதன் அளவு கூட உயர்வற்றவன்'' என்று கடிந்து புல்லை இட்டாரோ என்னவோ? யார் அறிவார்!

ஒருவேளை இராம பாணத்தின் ஆற்றல் தெரியாததால் இராவணன் இவ்வாறு நடந்து கொள்கிறானோ என்று கருதிய சீதை இராம பாணத்தின் வலிமையை விளக்கி இராவணனை எச்சரிக்கிறார். இராம பாணம் மேருவை உருவும். விண் பிளந்து செல்லும். ஈரேழு பதினாலு உலகினையும் முடிக்கும். அதனை அறிந்தும் தகாதன சொல்லி தலை பத்தும் சிந்துவாயா?'' என்கிறார். இதனைக் கம்பர்....

> "மேருவை உருவ வேண்டின் விண் பிளந்து ஏகல் வேண்டின்
> ஈரெழு புவனம் யாவும் முற்றுவித் திடுதல் வேண்டின்
> ஆரியன் பகழி வல்லது அறிந்திருந்து அறிவிலாதாய்
> சீரிய அல்ல சொல்லித் தலைபத்தும் சிந்து வாயோ?"

என்று பாடுகிறார்.

"நீ ஒரு பேடி.. அச்சத்தால், மானை விட்டு மாயை யாக மறைந்து வந்தாய். உயிர் பிழைக்க விரும்பினால் என்னை விட்டுவிடு. உன் பத்துத்தலைகள் இருபது தோள்கள் பற்றிப் பெருமை வேண்டாம். அவை இராமர் வீர விளையாட்டுக்கு நன்கு பயன்படும்." என்ற சீதையின் வார்த்தைகளைக் கம்பர்,

> "பத்துள தலையும் தோளும் பல பல பகழி தூவி
> வித்தகவில்லினார்க்குத் திருவிளையாடற்கு ஏற்ற
> சித்திர இலக்கம் ஆகும்"

என்று பாடுகிறார்.

"இராவணா.. உன் வரம், வாழ்நாள், நோற்ற தவம் எல்லாமே எமனுக்குச் செல்லுபடியாகும். இராமர் சரத்தின் முன் நில்லாதப்பா.. விளக்கின் முன் இருள் நிற்குமா?' என்றார் சீதை. இதனை "நோற்ற நோன்புடைய வாழ்நாள், வரம் இவை நுனித்த எல்லாம் கூற்றினுக் கன்றே; வீரன் சரத்திற்கும் குறித்தது உண்டோ?" என்றும், "இரு விளக்கின்முன் இருள் உண்டாமோ!" என்றும் கம்பர் சொல்லுகிறார்.

வான்மீகியோ ஒரு விஷமம் மிகுந்த மகனைத் தாய் கண்டிக்கும் பாவனையில் சீதை பேசுவதாகச் சித்திரிக்

கிறார். "நான் பதிவ்ரதை. உனக்கேற்ற பெண் அல்லள். தருமத்தை நினை. நல்வழியில் செல். எது நல்வழி என்று உனக்குச் சொல்ல நாலு பேர் வேண்டுமே! இங்கு நல்லவர்கள் இல்லையா?" என்றவள்.

"உன் செல்வத்தால் நான் மயங்கமாட்டேன். எப்படி சூரியனுக்கு ஒளியோ அப்படி இராமனுக்கு நான். என்னை அவரிடம் விட்டுவிட்டு சமாதானமாகப் போய்விடு. இல்லையேல் அம்பு மழை இந்நாட்டில் கண்டிப்பாகப் பெய்யும்" என்று அறிவுறுத்தினார்.

அத்துடன் "கடிக்கிற பாம்புகூட மந்திரத்துக்குக் கட்டுப்படும். நீ மந்திரம் (மந்திரிகள் ஆலோசனை) கேட்க மாட்டாய். உன்னைச் சுற்றியுள்ளவர்கள் இடித்துரைக்க மாட்டார்களா? அல்லது நீ எண்ணியதை முடிப்பதாகச் சொல்லி உன்னையே முடிப்பார்களா?" என்று பிராட்டி பேசினார். அரசியல் நுட்பங்களைப் பிராட்டி பேசிய அற்புதமான இடம்இது.

"இடிப்பாரை இல்லா ஏமரா மன்னன்
கெடுப்பார் இலானும் கெடும்"

என்ற குறளை வழிமொழிந்து.

"அடுக்கும்ஈது அடாது என்று ஆன்ற ஏதுவோடு அறிவு காட்டி
இடிக்குநர் இல்லை உள்ளார் எண்ணியது எண்ணி உன்னை
முடிக்குநர்"

என்று சீதை பேசுவதாகக் கம்பர் எழுதுகிறார்.

சீதை இப்படிப் பேசியதும் இராவணனுக்குக் கோபம் கொப்பளிக்கிறது. தனது அடிமைப் பெண்கள் அதுவும்

அழகிகள் பலர் முன்னிலையில் தன்னைப் பழித்தது அவமானம் என்று ஆத்திரம் வருகிறது. ஆனால் பேச்சில் கோபத்தைக் காமம் தின்று விட்டது. வான்மீகி சொல்கிறார். ''ஹே சீதே... சமாதானமாகப் பேசினால் பெண்களை வசப்படுத்தலாம் என்று நான் அன்பாகப் பேசப் பேச நீ என்னைப் புறக்கணிக்கிறாயே! உன் பேச்சுக்குக் கொலைதான் சரியான தண்டனை. அதுவும் அவமானப்படுத்திக் கொல்ல வேண்டும். ஆனால் நான் உன்னைக் கொல்ல மாட்டேன்... ஏன் தெரியுமோ? நீ அழகாக இருக்கிறாயே!'' என்று அசடு வழிகிறான் இராவணன். காதலில் சிக்கிய காமம் அவன் கைகளைக் கட்டிவிட்டதாம்! கடைசியாக மகாராஜா கெடு விதித்தார்.

''உனக்கு இரண்டு மாதம் தருகிறேன். அதன் பிறகும் என்னை மணக்க மறுத்தால் உன்னை வெட்டி சமைத்துச் சாப்பிட்டு விடுவேன்! (பலே)'' என்கிறான். ஒன்று சயன அறை. அல்லது சமையல் அறை. மையல்... அல்லது சமையல் எல்லாம் ஆசை படுத்தும்பாடு! எச்சரிக்கை யைக் கேட்டு நடுங்கினார் சீதை. ஆனால் அருகிருந்த கந்தர்வப் பெண்கள் கண்ணைச் சிமிட்டி, 'பயப்படாதே நடக்காது! என்கிறார்கள். என்ன இருந்தாலும் பெண்ணுக் குப் பெண் ஆதரவு.

சீதைக்குச் சீற்றம் பிறந்தது '' என்னை இப்படிக் காமத்துடன் பார்க்கும் உன் கண்கள் குரூரமான கண்கள் அப்படியே தெறித்து விழவேண்டாமா பாவி'' என்று அலறினார். காவலுக்கு இருந்த அரக்கியரை அதட்டி, ''

இவளை வசப்படுத்துங்கள் என்று ஆணையிட்டான், இராவணன். நல்ல தலைவன். நல்ல தொண்டர்கள்.

இராவணனுக்குள் காமமும் கோபமும் நடத்திய கை கலப்பைக் கம்பர்,

"அளந்த தோளினன் அனல் சொரி கண்ணினன் இவளைப் பிளந்து தின்பென் என்று உடன்றனன் பெயர்ந்தனன் பெயரான் கிளர்ந்த சீற்றமும் காதலும் எதிர் எதிர் கிடைப்ப."

என்று பாடுகிறார்.

வான்மீகத்தில் அருமையான அடுத்த காட்சி அரங்கேறுகிறது. தான்யமாலி என்ற இராவணன் மனைவி இடைமறித்து ''வாடிக் கிடக்கும் அவளுக்கு ஏன் ஏங்குகிறீர்கள். விருப்பமற்ற பெண்ணைச் சேர்ந்தால் உங்களுக்கல்லவா தீங்கு... என்னைச் சேருங்கள். நான் உங்கள் ஆனந்தத்தைப் பெருக்குவேன்'' என்றாள்.

அவளைப் பார்த்து அர்த்தபுஷ்டியுடன் ஒரு சிரிப்புச் சிரிக்கிறான் இராவணன். அதில் எத்தனை பொருள் உள்ளது தெரியுமா? எப்படியும் தன் காமத்தைத் தீர்த்துக் கொள்ள ஏங்கும் கீழ்மகன் இல்லையாம் அவன். மங்கையருள் மாணிக்கமான சீதை தனக்கே என்றாக வேண்டும் என்கிற ஆக்கிரமிப்பு உணர்வு வெளிப்படு கிறதாம்! தன்னை, தன் ஆட்சியை, செல்வத்தை, ஆண்மையைத் துச்சமாகத் தூக்கி எறியும் சீதையின் மீது அவனுக்கு வெறுப்பு உண்டாகி இருக்கவேண்டும். ஆனால் தன்னையே அலட்சியப்படுத்தும் அளவுக்கு மேன்மையான ஒரு பெண்ணை அடைய வேண்டுமே

என்கிற ஏக்கம் அதிகமாகிறது. காமுகன் அல்லன். கலா ரசிகன். அனுபவிக்கும் ஆசையைவிட தன்னுடையதாக ஆக்கவேண்டும் என்கிற ஆக்ரமிப்பு எண்ணமே அதிகம் இருக்கிறது.

சுதந்திரமான மாமன்னன் காதலால் அடிமைப்பட்டு விட்டான். ஆனால் அடிமைப் பட்டுக் கிடக்கும் பெண்ணோ விடுதலை வீராங்கனையாக முழங்குகிறாள். வாழ்வின் மீது பற்றுள்ளவர்களே அடிமைகளாகி விடுகிறார்கள். பற்றை விட்ட கணமே சீதை அச்சம் ஒழிந்து விடுதலை பெறுகிறார். பெயரளவில் சீதை அடிமை. உண்மையில் இராவணன் அவள் அடிமை. மலை பெயர்ந்த இலங்கை மன்னன் நிலை குலைந்து நெஞ்சு குழைந்து தடுமாறுகிறான். மான் போல் மருண்ட சீதையின் கண்கள், இப்போது நெருப்பை உமிழ்கின்றன. என்ன ஆச்சர்யமான எதிர் எதிரான நிலை. மகா கவிகளின் மகத்தான படப்பிடிப்பு இந்தக் காட்சி!

இந்தக் காட்சியைக் கண்ட அனுமனுக்கு இராவணன் மேல் கடுங்கோபம். ஆனால் சீதையைப் பாதுகாப்பாகக் கொண்டு போகும் திட்டமே முக்கியம் என்று மவுனம் காத்தான்.

இராவணன் புறப்பட்டதும் அரக்கிகள் அவர்கள் கொடுமையைத் தொடங்கினர். தங்கள் தலைவனைப் புறக்கணித்தது தங்களை அவமானப் படுத்தியதாகக் கருதுகிறார்கள். இதுதான் அரசியல் அடிமைகளின் அசட்டுத்தனம். தலைவர் தவறு செய்கிறார் என்பதே அரசியல் அடிமைகளுக்குத் தோன்றுவதில்லை.

சீதையை நயமாக, கெஞ்சி, கொஞ்சி, பணிய வைக்க முயன்றனர். ''ஒரு சாதாரண மனிதனின் (இராமன்) மனைவியான உனக்கு இவ்வளவு கர்வம் ஆகாது'' என்றாள் ஒருத்தி. அடக்குமுறை ஆரம்பமானது. அவர்களிடம் சீதை எவ்வளவு மன்றாடியும் அவர்கள் கேட்பதாக இல்லை. ஒருத்தி ''உன்னைக் கொல்வோம்'' என்றாள். மற்றொருத்தி, ''உன் இதயத்தைத் தின்று நாங்கள் நாட்டியம் ஆடுவோம்'' என்றாள். விசித்திரமான அரக்கிகள். சீதைக்கு மீண்டும் கவலை மேகங்கள் சூழத் தொடங்கின. நம்பிக்கை தளர்ந்தது.

''என் கணவரைப் பாராமலேயே இறப்பேனா'',

''நான் பெரும் பாவம் செய்திருக்கிறேனா?''

''இவன் கைகளில் சிக்கிக் சீரழிவதைவிட இறந்து போவதே நல்லதோ'' என்று பலவாறாகப் புலம்பத் தொடங்கினார்.

''ஐயகோ, என் மைத்துனரை (லக்ஷ்மணன்) வைது, மான்பின் கணவரைப் போக்கினேன். நான் உயிர் தப்பித் திரும்பினாலும் உலகம் ஏற்றுக் கொள்ளுமா?'' என்றார். உலகம் ஏற்றாலும் ஏற்கா விட்டாலும் உடையவர் ஏற்றுக் கொண்டால் கவலை இல்லை. இவர் என்னை எப்படி ஏற்பார்? என்ற சீதையின் சொற்களை,

> வஞ்சனை மானின் பின் மன்னைப் போக்கி என்
> மஞ்சனை வைது பின் வழிக் கொள்வாய் எனா
> நஞ்சுஅனையான் அகம்புகுந்த நங்கையான்
> உய்ஞ்சனன் இருத்தலும் உலகம் கொள்ளுமோ''

என்றும், இராமர்,

> "இற்புகத் தக்கலை என்னின் யானுடைக்
> கற்பினை எப்பரிசு இழைத்து காட்டுவேன்"

என்றும் கம்பர் எழுதுகிறார்.

கண்ணைத் துடைத்துக் கொண்ட சீதை அரக்கியரைப் பார்த்து இராமர் பெருமைகளை முழங்கினார். இராவணன் நாட்டிலேயே, பலர் காது கேட்க சத்தமாக அவனைப் பழித்தாள். "பிதற்றாதீர்கள்" என்று அரக்கியரை அதட்டினாள். ஆத்ம சக்தியின் முன் அரக்கியர் தோற்று வாயடைத்து நின்றபோது சீதையின் உள்மனம் வேறு நினைத்தது. சீதை தலைப்பின்னலால் கழுத்தில் சுருக்கிட்டுக் கொள்வதா? அல்லது செடி கொடிகளையே தூக்கு கயிறாக்கிக் கொள்வதா என்று யோசித்தபடி இருந்தார்.

❑ ❖ ❑

8. தவம் எது? தாபம் எது?

சிலர் அழகு என்பது உடலையும் உடையையும் பொறுத்தது என்கிறார்கள். சிலரோ அழகான தோலையும் அருந்துகிற பாலையும் பொறுத்தது என்கிறார்கள். ஆனால் உடல் மெலிந்து, உடை நலிந்து, உணவு துறந்து, நிறம் இழந்த சீதாபிராட்டியாரின் குண சௌந்தர்யமே பேரழகு என்னும் உண்மை வெளிப்பட்ட பகுதி இந்தச் சுந்தரகாண்டம்.

சோகத்தில் இருக்கும் சீதை கட்டுண்ட ஒரு பெண் யானையைப் போல தவிக்கிறார். அவரது நிலை சுருதி கலைந்த ஒரு வீணை போல என்பார் ஆதிகவி. அதில் ஜீவநாதம் பிறக்குமா என்ன? மேலும், சேறு அப்பிய தாமரைக் கொடி மாதிரி இருக்கிறார். அதாவது உடலையும் உடையையும் இலட்சியம் செய்யாததால்

அழகு இருந்தும் இல்லை...! அவரது இருப்பு - சோகத்தின் திரட்சி போலவும் அசைவு துயரத்தின் அலைபோலவும் இருக்கிறது! இராமனது நினைவுகள் அவரைக் கொல்லாமல் கொல்லுகின்றன. ஓயாத அழுகையால் உலர்ந்து போனது முகம். என்றாலும் அழகு குறையவில்லை. காரணம், எண்ணம் இராம னைப் பற்றியது என்பதால் சோகமே ஒருவகை தியானம் ஆகிவிட்டது. எப்போதும் தியானம் ஒருவரை அழகாக் குமே தவிர அழுக்காக்காது. ''சுஷ்யந்தீம் ருததீம் ஏகாம் த்யானசோக பாராயணம்'' என்கிறது வான்மீகம். தியான சுலோகம் கேள்விப்பட்டிருக்கிறோம். இதுவே தியான சோகம் என்கிறார் வால்மீகி.

இந்தச் சீதை ஈடுபடுவது இராமனது குணசௌந்தர் யத்தில். அதாவது பண்பு நலன்களில், தியான சௌந்தர்ய மிக்க சீதை ஞான சௌந்தர்யம் மிக்க இராமனது அழகில் ஈடுபடுவதை கான சௌந்தர்யம் மிக்க கவியரசர்கள் பாடும் பகுதி இது. சுந்தரத்தில் (இராமன்) தன்னை இழந்த சுந்தரத்தின் (சீதை) சுந்தரத்தைச் (பிரிவுத் துயரை) சுந்தரமாகக் (கவிதையாக) சுந்தரர்கள் (வான்மீகி, கம்பர்) பாடும் சுந்தர காண்டம் உண்மையில் சுந்தர காண்டமே!

''வருவார்... வருவார் இராமன் வந்து விடுவார்'' என்ற ஒரே நம்பிக்கையுடன் கண்ணுக்கெட்டிய தூரம் வரை ஒவ்வொரு திசையையும் அளந்து பார்க்கிறார் சீதை. ஆம். ஆகாயத்தை அளக்கும் பார்வை அது. ஏதுமற்ற வெட்ட வெளியில் இராமனது திவ்ய மங்கள விக்ரகம் புறக்கண்ணுக்குத் தெரியவில்லை... என்றாலும்

சீதையின் அகக்கண்களில குணங்களே கோலங்களாய் குறுக்கும் நெடுக்குமாய் பின்னிப் பின்னி மின்னின!

கரன் என்ற அசுரன் எதிர்த்ததும், தம் பொருட்டு வழக்கத்தை விட மும்மடங்கு பொலிந்த முகத்துடன் ஸ்ரீ இராமன் நிகழ்த்திய வீரப்போர் இப்போது சீதையின் கண் முன் மீண்டும் நிகழ்ந்தது. எனவே பெருமூச் செறிந்தார்.

"அரசு உனக்கு" என்று தசரதர் வழங்கியபோதும் "இச்செல்வம் துறந்து வனம் செல்க" என்று கைகேயி தட்டிப் பறித்த போதும். *ஓவியத்தில் வரைந்த தாமரை மலர் போல விளங்கிய இராமனது முகமும் அகமும் பிராட்டியின் நெஞ்சில் நிழலாடின. இன்ப துன்பங் களால் பாதிக்கப்படாத ஸ்திதப்ரக்ஞன் ஸ்ரீராமன் என்று அவரது சமநிலையை,

"மெய்த்திருப்பதம் மேவு என்ற போதினும்
இத்திருத்துறந்து ஏகு என்ற போதினும்
*சித்திரத்தின் அலர்ந்த செந்தாமரை
ஒத்திருக்கும் முகத்தினை உன்னுவாள்.

கம்பர் கொண்டாடுகிறார்.

உயர்வு, தாழ்வு பாராது, ஆழநீர்க் கங்கையில் ஓடம் விடுகிற ஏழை வேடனாம் குகனுக்கு இரங்கி "தோழன் நான்... இவன் உன் கொழுந்தி" என்று வாயார மனமாரச் சொன்ன இராமரது பண்பு நலன்கள் சீதையின் கண்களைப் பணிக்கச் செய்தன.

---

* விளக்கம் கடைசியில்.

விஸ்வாமித்திர மகரிஷியுடன் மிதிலை வந்து, கன்யாசுல்கமாக வைக்கப்பட்ட சிவ தனுசினை இராமர் எடுக்கவும், அது இற்று இரண்டாக வீழவும் இராமரது தோள்கள் வீரத்தால் வீங்கின. வீங்கிய தோள்களை நினைத்து சீதையின் தோள்கள் இப்போது மெலிந்தன.

ஆட்சியைத் துறந்து கானகம் புறப்படும் சமயம் யாசகம் கேட்டு வந்த ஓர் அந்தணனிடம், "உம் கைத் தடியை வீசி எறிக. அது செல்லும் தொலைவு வரை உள்ள பசுக்கள் உமக்கு" என்று இராமர் சொல்ல, நிறைய பசுவேண்டும் என்ற ஆசையால் அந்தக் கிழட்டு அந்தணர் பலம் முழுவதையும் திரட்டி தம் கைத்தடியைத் தொலைவாக எறிந்ததைக் கண்டு இராமர் சிரித்தார். அந்தச் சிரிப்பை நினைத்து நினைத்து சீதை இப்போது அழுதார். இளம் வயதிலேயே இராமருக்குச் செல்வத்தில் பற்றில்லை. ஆனால் அந்த முதுமையிலும் அந்த யாச கருக்கோ பற்று விடவில்லை.

காகத்தின் வடிவம் எடுத்து இந்திர குமாரன் ஜயந்தன் காமம் மேலோங்க தம்மை (சீதையை)த் தொட வந்தது கண்டு சினந்து, தம்மீது உள்ள உரிமை காரணமாகப் புல்லையே ராமபாணமாக்கி அவன் மீது வீசிய வெற்றியை நினைத்துக் கொண்டார். தம்மைத் தூக்கிக் கொண்டு ஓடிய விராதனை வீழ்த்தி அவன் சாபம் நீங்கி இராமனைத் துதித்ததையும் எண்ணி எண்ணித் தேம்பிக் கொண்டிருந்தார்.

அப்போது திடீர் என்று அவர் மனதில் துயரம் மாறியது. நன்னிமித்தங்கள் தோன்றின. ஆம், மனம் மகிழ்ச்சியுற்றது. தன் அருகில் உறங்கிக் கொண்டிருந்த

திரிசடை என்னும் வீடணன் மகளைத் தாயினும் இனிய வளை நோக்கிச் சீதை படபடப்புடன் பேசத் தொடங்கினார்.

"எனக்கு நல்லது நடக்குமோ? இங்கு வந்த நாளாய்த் துடித்துக் கொண்டே இருந்த வலது கண், வலது புருவம், வலது தோள் துடிப்பது சட்டென்று நின்றுவிட்டது. எனக்கு என்ன நடக்கும் என்று தெரியவில்லை! ஆனால், மிதிலைக்கு முனிவருடன் அவர் வந்த நாளில் இடது கண் புருவம் தோள்கள் துடித்தன... இப்போதும் அப்படியே துடிக்கின்றன!

ஆ... ஒன்று சொல்ல மறந்துவிட்டேனே! இராமர் நாடு துறந்து காடு புகுந்த அன்றும் எனக்கு வலப்பக்கம் துடித்தது! இப்போது இடது பக்கம் துடிக்கிறதே பெண்ணே! எனவே தீமை மாறி எனக்கு ஏதும் நன்மை வருமா?"

இப்படி சீதா பிராட்டி திரிசடையைக் கேட்டபோதே பொன்னிற வண்டு ஒன்று அவர் செவி அருகில் ஒலி எழுப்பிப் போனதைக் கண்ட திரிசடை "அம்மா... இந்த சகுனங்கள் எல்லாமே நல்ல சகுனங்கள். பொன் வண்டு காதருகில் ஒலி எழுப்பியதால் அவரிடம் இருந்து தூதுவரும் என்று நினைக்கிறேன். மேலும், உறக்கத்தில் இருந்த நான் ஒரு கனவு கண்டேன். எண்ணெய் பூசிய தலையுடன், சிவந்த ஆடையுடன் கழுதைப் பேய்கள் பூட்டிய தேரில் இராவணன் தென்திசை செல்வது போல் கண்டேன். அவனது பிள்ளைகளும் சுற்றத்தாரும், அவன்பின் தொடர்ந்து போவதாகவும் கண்டேன். அவனது கற்பகச் சோலைகள் கருகவும், பட்டத்து

யானை மதம் கொண்டு ஓடவும், முரசு பேரிகைகள் யாரும் இசைக்காமலேயே முழங்கவும், வானத்து நட்சத்திரங்கள் உதிரவும், இரத்த மழை பொழியவும், நகரமே தீப்பிடித்து எரியவும் கனவு கண்டேன்.

"அதுமட்டுமா? தோரணங்கள் முறிந்தன. வாரணங்கள் (யானை) தந்தம் ஒடிந்தன. அறிஞர் சமைத்த மந்திரக் குடங்கள் புனித நீர் இழந்தன. மாற்றாக நீர்க்குடங்கள் கட்குடங்களாகி வழிந்தன. மங்கையரின் மங்கலத் தாலிகள் வாங்கப்படாமலேயே மார்பில் நழுவி விழுந்தன. மயன் மகளான மண்டோதரி என்கிற பட்டத்து மகிஷியின் கூந்தல் நெருப்பில் கருகியது. வித விதமான விபரீதமான ஒலி இலங்கையில் பெருகியது. இரு சிங்கக் குட்டிகள் பல புலிக்குட்டிகளுடன் நகருக்குள் புகுந்து நகரையே நிர்மூலமாக்கின. அந்நேரத்தில் ஆயிரம் விளக்குகளின் ஒளி பொருந்திய மகாலட்சுமி இராவணன் அரண்மனையில் இருந்து நீங்கி என் தந்தை விபீடணர் மாளிகைக்குள் நுழைவதுபோல் ஒரு காட்சி கண்டேன். அந்நேரத்தில்தான் தாங்கள் என்னை எழுப்பினீர்கள். கனவு பாதியில் முடிந்துவிட்டது" என்றாள் திரிஜடை. ஒரு குழந்தையைப் போன்ற மனம் படைத்த சீதை "அப்படியானால் நீ மீண்டும் உறங்கி முழுக் கனவையும் கண்டு சொல்வாயாக" என்று அன்புடன் கேட்டுக் கொண்டார்.

இவ்வாறு கையற்ற நிலையில் கதிகலங்கி கண்ணீருடன் தவிக்கும் சீதா பிராட்டியை அனுமன் அப்போது பார்த்துவிட்டார்.

இதுவரை சீதையின் உணர்வுகளைக் கம்பராமாயணத்தின் துணையுடன் கண்ட நாம் இங்கிருந்து வான்மீகி வரிகளில் உணரப் போகிறோம். வால்மீகி சொல்கிறார்:

மரத்தில் இருந்தபடி கூர்மையான பார்வையுடன் பிராட்டியை அனுமன் நோக்கினார். வெளிறிய மஞ்சள் நிற மேலாடையில் இருக்கிறார் சீதை. இராவணன் தூக்கிச் சென்றபோது தமது சேலையில் ஒரு பகுதியைக் கிழித்து நகைகளை முடிந்து கிட்கிந்தையில் வீசினாள் அல்லவா. அந்த நகை மூட்டையின் துணியும் மஞ்சள் நிறம்தான். ''பல நாள் உடுத்தியதால் இந்த ஆடையின் நிறம் சற்று மங்கியிருக்கிறது'' என்று நுட்பமாக உணருகிறார் அனுமன்.

சீதையைப் பார்தது, ''இவர் இராமனை நான்கு வகைகளில் தவிக்க விட்டவர்'' என்கிறார். எப்படி? ஒன்று: பெண் என்பதால் பொதுவாக ஏற்படும் இரக்கமும், இரண்டு: தன்னை நம்பி வந்தவள் என்பதால் காக்கவேண்டிய பொறுப்புணர்ச்சியின் அழுத்தமும், மூன்று: தன் மனைவி என்பதால் தீராத சோகமும், நான்கு: உயிருக்கு உயிரான காதலி என்பதால் அடக்கமுடியாத விரக தாபமுமாக ''நான்கு வகையில் இராமனைத் தவிக்க விட்டவர் சீதை'' என்கிறார்.

''அடடா! இவர் உயிர் அங்கிருக்கிறது. அவர் உயிர் இங்கிருக்கிறது அதனால் அல்லவா இருவரும் பிழைத்தார்கள்'' என்கிறார் அனுமன். அதுமட்டுமல்ல... சீதையைப் பார்க்கும் வரை, ''இதென்ன... ஒரு பெண்ணுக்காக இப்படியா புலம்புவார்கள்... இராமன் காமம் மேலிட்டவனோ'' என்று சிறிது குறைவாக மதிப்பிட்ட அனுமன் ''இப்பேர்ப்பட்ட பெண்ணைப் பிரிந்து எப்படி

உயிர் வாழ்கிறார் இராமன். அவர் காமுகன் இல்லை. கல் நெஞ்சக்காரர்'' என்று புலம்பினார்.

சீதையை மேலும் ஆழ்ந்து நோக்கியவர், "இவர் ஏன் துக்கப்பட வேண்டும். எவ்வளவு பாக்கியசாலி... இலக்குவனின் மரியாதைக்குரியவர். ஸ்ரீராமரின் அன்புக் குரியவர். இவரே துக்கப்பட வேண்டும் என்றால் போதாத காலம்தான்'' என்று காலத்தை நொந்து கொண்டார். மேலும், சீதையின் மகிமைகளைப் பட்டியல் இடுகிறார்.

"இவர் பொருட்டல்லவா இராமர் வாலியைக் கொன்றார். விராதன், கபந்தன், கரன், தூஷணன் எல்லாரும் மடிந்தது இவரால் தானே! சுக்ரீவனுக்குப் பட்டம் கிடைத்ததும் இவரால் அல்லவா? நான் கடல் கடந்ததும் இவருக்காகத் தானே! இவருக்காக இராமன் பட்ட கஷ்டங்கள் எத்தனை? அதுசரி, இவர் பொருட்டு இராமன் எத்தனை துயரம் ஏற்றாலும் தகும்! அகில உலக ஆட்சியும் இவருக்கு ஈடாகாதே'' என்று சீதையை மேலும், மேலும் புகழுகிறார் ஆஞ்சநேயர்.

ஒரு நொடியில் இராமர் மீது சீதைக்குள்ள காதலை உணர்ந்து கொண்டு, "இவர் அரண்மனை சுகபோகங்களை விட்டுவிட்டு காட்டின் கஷ்டங்களை ஏற்றது இராமர் மீதுள்ள காதலால் தானே! அந்தக் கஷ்ட காலத்தில் காட்டில் உண்ட கனி வகைகளைக் கூட இன்று விட்டு விட்டு காத்துக் கிடப்பதற்கும் காரணம் அந்தக் காதல்தானே! உயிரைச் சுமந்திருப்பதும் அந்த இராமன் வருகைக்குத்தானே!'' என்றெல்லாம் பிராட்டியை வியக்கிறார் ஆஞ்சநேயர்.

சீதையைப் பிரிந்து இராமர் புலம்பியபோது இப்படிப் புலம்புகிறாரே என்று ஆச்சரியப்பட்ட அனுமன் நல்லவேளை இவரைப் பிரிந்து உயிர் விடாதிருப்பதே ஆச்சரியம் என்று வியக்கிறார். சீதையைக் கண்ட அனுமன் மன நிலையைக் கம்பர்,

"ஆடினன் பாடினன் அங்கும் இங்கும்பாய்ந்து
ஓடினன் உலாவினன் உவகைத் தேன் உண்டான்"

என்று எழுதுகிறார். "அறம் அழியவில்லை... நானும் தோற்கவில்லை. தேடினேன் கண்டேன்" என்று அனுமன் மகிழ்கிறார். "ஆ... இராமரது உயிரை அரக்கன் இங்கல்லவா ஒளித்து வைத்துள்ளான்" என்று பேசியதை,

"கள்ளவாள் அரக்கன் அக் கமலக் கண்ணனார்
உள்ளுறை உயிரை ஒளித்து வைத்தவா"

என்று கவிதையாக்கினார் கம்பர். அதுமட்டுமா!

இதுவரை இராமனை நாராயணனே என்று உறுதி செய்ய முடியாமல் தவித்த அனுமன் சீதையைக் கண்டதும், "இவர் நிச்சயம் மகாலட்சுமி... அதனால் அவர் நாராயணராகத்தான் இருக்கவேண்டும்" என்று உறுதி செய்து கொண்டாராம். இதை,

"ஆவதே ஐயம் இல் அரவின் நீங்கிய
தேவனே அவன் இவள் கமலச் செல்வியே"

என்று பாடுவார் கம்பர். அதுமட்டுமா? நெருப்பில் மூழ்கியும் பொறி புலன்களைத் தண்டித்தும், உணவும் நீரும் நீக்கியும் கடுந்தவம் இயற்றும் முனிவர்கள் கூட

சீதையின் இந்தத் தவத்தின் முன்நிற்க மாட்டார்கள் என்றார். பாடலைப் பார்ப்போம்:

> "வெங்கனல் மூழ்கியும் புலன்கள் வீக்கியும்
> நுங்குவ அருந்துவ நீக்கி நோற்றவர்
> எங்குளர் குலத்தின் வந்து இல்லின் மாண்புடை
> நங்கையர் மனத்தவம் நவிலற் பாலதோ"

அதுசரி! ஓர் ஆண்மகன் தன் காதல் மனைவியைப் பிரிந்து அழுதால், அது தவம் என்றா சொல்லப் பட்டுள்ளது... விரக தாபம் எனப்படும். அப்படி இருக்க சீதை இராமனைப் பிரிந்து அழுததும் விரகதாபம் தானே! அது எப்படி தவமாகும்?

கணவன் மனைவியைப் பிரிந்து அழுதால் தாபம். மனைவி கணவனைப் பிறிந்து அழுதால் தவம். காரணம், கணவனுக்கு மனைவி போகப் பொருள். மனைவிக்கு கணவனோ பரம்பொருள். போகப் பொருளுக்கு ஏங்கினால் தாபம்; பரம்பொருளுக்கு ஆன்மா ஏங்கினால் அது தவம்!

சீதை தவம் செய்கிறாள் என்று கூறிய அனுமன் மேலே ஒருபடிபோய் இந்தக் காட்சியைக் காணும் அளவுக்கு ஸ்ரீ இராமர் தவம் செய்யவில்லையே என்று ஒரு போடு போடுகிறார்.

> "மாண நோற்று ஈண்டு இவள் இருந்த வாறெல்லாம்
> காண நோற்றிலன் அவன் கமலக் கண்களால்"

என்கிறார் கம்பர். இதை எப்படி ஏற்பது?

❑ ❖ ❑

9. நம்பினோர் கெடுவதில்லை

அசோக வனத்திலிருந்து இராவணன் புறப்பட்டதும் அரக்கிகள் சீதையை மிரட்டத் தொடங்கினர். இராவணன் புகழ் பாடி சீதையைப் பணிய வைக்க முயன்றனர். ஒருத்தி " ஆஹா.. புலஸ்த்தியர் யார் தெரியுமா உனக்கு. அவர் சாட்சாத் பிரமனுக்கு நிகரான அந்தணர். அவர் மகன் விச்ரவஸ் என்பவரின் மகன் எங்கள் மகாராஜா. அரக்கர் குலப் பெருந்தலைவர். அவருக்கு மனைவியாவதில் உனக்கு என்ன கஷ்டம்?" என்று அறிவுறுத்தினாள்.

தங்கள் தலைவனை, நிகரற்ற வீரனை நிராகரிப்பதா? என்ற வருத்தம் அவளுக்கு. மற்றொருத்தியோ "பாவம் அன்பு மனைவியைக் கூட புறந்தள்ளி விட்டு உன்மீது

மனம் வைத்து விட்டாரே!'' என்று இராவணனுக்கும் அவன் மனைவிக்கும் சேர்த்து இரக்கப்பட்டாள். இன அபிமானம் காரணமாக இருக்கலாம்.

"இராவணன் என்ன தவறு செய்தார்? ஏன் அவரை வெறுக்கிறாய்? உன்மீது அன்பு வைத்த தவறுதான், அவர் செய்த பெருந்தவறு'' என்ற பொருள்பட சில பெண்கள் பேசியதை

"மெய்யன் புன்பால் வைத்துள தல்லால் வினை வென்றான்
செய்யும் புன்மை யாதுகொல் என்றார் சிலர்"

என்று பாடுகிறார் கம்பர்.

"சாதாரண மனிதனின் மனைவி என்ற நிலையி லேயே உனக்கென்ன இவ்வளவு கர்வம்? உன் கணவனை அரசைப் பிடுங்கிக் கொண்டு விரட்டி விட் டார்களே! அந்த பலவீனமானவனுக்கு மனைவியாக இருப்பதில் என்ன இருக்கிறது?'' என்ற வக்கிரமான வார்த்தைகளை ஆத்திரமாகப் பேசி விஷயத்தை வெளியிட்டு இராமனை இகழ்ந்தாள் இன்னொருத்தி.

"போதும் நிறுத்து.. அவர் ஏழையாகி இருக்கலாம். அரசிழந்து இருக்கலாம். எப்படி இருந்தாலும் அவர்தான் எனக்கு உயர்ந்தவர்'' என்று தன் கற்பு மனத்தை எந்த ஏற்றத்தாழ்வுகளிலும் கணவரை நேசிக்கும் பதிபக்தி யைப் புலப்படுத்தினார் சீதை, அரக்கியரைப் புறக்கணித் தார். ஆத்திரம் அடைந்த அரக்கியரோ "கொன்று தின்றுவிடுவோம்'', "குடலை உருவுவோம்'', "இரத்தத் தைக் குடிப்போம்'', "உன் இதயத்தைத் தின்று நாட்டியம் ஆடுவோம்'' என்று பலப்பல கூறி பயமுறுத்துகிறார்கள்.

சீதையைச் சோகம் சூழ்ந்தது. அதைர்யம் கூட வந்து விட்டது. 'கணவரையே காணாது உயிர்விடுவேனோ' 'நான் எந்த ஜன்மத்தில் என்ன பாவம் செய்தேன்'. இத்தனை கொடிய துக்கம் எனக்கு ஏன் வாய்த்தது என்று கண்ணீர் விட்டார். அது மட்டுமா ''உயிரை விடலாம் என்றால் அதுகூட முடியாதபடி பிறர் கையில் சிக்கி உயிர்விடும் உரிமைகூட அற்றவளாகி விட்டேனே'' என்று கதறுகிறார்.

கம்பர் சீதையை இன்னும் சோகமாகச் சித்திரிக்கிறார். ''நான் அறிவற்றவள்.. மாற்றான் மனையில் கணவனைப் பிரிந்து உயிர் வாழுகிறவள். மீண்டும் இவளோடு எப்படி வாழ்வது என்று அவர் நாடு திரும்பி இருப்பார். என்னை அவர் ஏற்றாலும் ஊரார் பழிப்பார்கள். கணவனோடு தான் மனைவி எப்போதும் வாழ வேண்டும் என்கிற தருமத்தை விட்டுவிட்டு கணவனைப் பிரிந்தும் நான் ஏன் உயிர் வாழுகிறேன்'' என்று தன்னையே நோகிறார் சீதா பிராட்டி. தருமமே வாழ்க்கை. பழியே மரணம் என்கிற அபூர்வமான உண்மையைக் கம்பர் ''அறன் அலது இயற்றி வேறு என் கொண்டு ஆற்றுகேன்'' என்றும்,

"எப்பொழுது இப்பெரும் பழியின் எய்தினேன்
அப்பொழுதே உயிர் துறக்கும் ஆணையேள்"

என்றும் பறையறிவிக்கிறார்.

சுய பச்சாதாபம் மேலிட ''ஒரு வஞ்சனை மான் பின்னால் கணவனை அனுப்பினேனே! என் மைத்துனன் இலக்குவனையும் அவர் பின் கடுஞ்சொல் கூறி விரட்டினேன்! உடனே கொல்லும் நஞ்சுபோன்ற

இராவணன் மனை வந்தும் சாகாது வாழ்கிறேனே என்றும் அயோத்தி பெண்கள் முன், அவமானப்பட்டு,

> "கருந்தனி முகிலினைப் பிரிந்து கள்வர் ஊர்
> இருந்தவள் இவள்என ஏச நிற்பேனோ"

என்றும் சீதை வருந்தினாராம். மேலும் "வலிய வில் லாளராகிய இராமர் அரக்கரை வென்று சிறையிலிருந்து என்னை மீட்பார். ஆனால் அப்போது அவரே என்னைப் பார்த்து

> "இற்புகத் தக்கலை என்னின் யானுடைக்
> கற்பினை எப்பரிசு இழைத்துக் காட்டுவேன்"

என்று சீதை கதறினாள். இப்படி அவமானப் படுவதை விட மரணம் மேலானது என்றும் சீதை நினைத்தார்.

ஆனால் வான்மீகியோ இந்த அவநம்பிக்கையைச் சீதை மீது சுமத்தவில்லை. காரணம் இராமர் ஏற்றுக் கொள்ளமாட்டார் என்ற எண்ணம் வந்தால் இராவ ணனை எதிர்க்கும் பலம் சீதைக்கு இராது வராது என்று யதார்த்தமாகக் கருதினார் போலும். எப்போதும் வான்மீகி யதார்த்தமாகவும் கம்பர் சிறிது மிகையாகவும் பாடுவது அந்த மகா கவிகளின் மனோபாவம். இராமர் ஏற்கவில்லை என்றாலும் ஆதரவற்ற நிலையிலும் இராவணனை எதிர்த்துப் போராடும் துர்ப்பாக்கியவதி யாகச் சீதையைச் சித்திரிப்பதன் மூலம் சோகத்தை வலுவாக்குகிறார் கம்பர். இரண்டும் சரிதான்....

இராமரை இகழ்ந்த அரக்கியரைப் பார்த்து சீதை "வாயை மூடுங்கள்... என் கணவர் மேலானவர்.

அன்புடையவர். புகழுக்குரியவர். ஏதோ துரதிர்ஷ்டம்.. அவர் இங்கு இன்னும் வரவில்லை'' என்று இராமரைப் புகழுகிறார்.

மேலும் அரக்கியரைக் கண்டித்து, 'நீங்கள் என்னைக் கண்ட துண்டமாய் வெட்டிச் சமைத்தாலும், பொசுக்கி னாலும் இராவணனை அண்டவிடமாட்டேன். உளறாதீர் கள்... ஆத்ம சக்தியை யாரால் அழிக்க முடியும்'' என்று கர்ஜித்தார். இராவணனை இகழ்ந்து ''என்ன பெரிய ராவணன் புகழ் பாடுகிறீர்கள். திருடன். கள்ளத்தனமாக என்னைக் கவர்ந்தவன். பாருங்கள்! இந்த இலங்கை நாச மாகப் போகிறது. கரதூஷணரைக் கொன்ற என் கணவர் கடலை வற்ற வைத்து காமுகனைக் கொல்லுவார்'' என்று பெருமூச்சு விட்டபடி பொரிந்து தள்ளினார்.

எல்லாம் சரி.. என்னதான் முழங்கினாலும் மனசுக் குள் பயம்.. பெண்ணல்லவா... நம்பிக்கையின் பலத்திற் கும் துக்கத்தின் எல்லைக்கும் ஈடுகொடுக்க முடியாது மரணத்தைத் தேர்ந்தெடுக்கிறார் சீதை. கழுத்தில் பின்னலைச் சுற்றி சுருக்கிடும் எண்ணத்தோடு தற் கொலைக்குத் துணிகிறார். த்ரிஜடை தடுத்து அறிவுரை சொல்கிறாள். ஆறுதல் சொல்கிறாள். அரக்கியரை அதட்டி அடக்கி விடுகிறாள். தற்காலிகமாகப் பிரச்சினை ஓய்ந்தது; அமைதி பிறந்தது.

இங்கே ஓர் அருமையான கற்பனை செய்கிறார் ஆதி கவி வான்மீகி. ''வனவாசம் முடிந்து இந்நேரம் இராமர் நாடு திரும்பி இருப்பார்'' என்று சீதைக்கு நினைப்பு. விரதம் காத்துவந்த அவருக்கு மறுபடியும்

பட்டாபிஷேகம். பட்டாபிஷேகம் என்றால் பத்தினி வேண்டாமோ. மனைவி பக்கத்தில் இல்லையே என்று சலசலப்பு. உடனே பல தேசத்து அரசர்களும் தத்தம் மகளையே மணமகளாய்த் தர பலதேசத்துப் பெண்கள் புடைசூழ இராமனுக்கு மூடி சூட்டு விழா நடந்திருக்குமோ?'' என்று கலங்குகிறார் சீதை. தனது இருப்பு மறுக்கப்பட்டு, மறக்கப்பட்டு, வேறொருத்தி அந்த இடத்தை நிரப்பி விடுவாளோ என்ற அச்சம் இந்திய தேசத்துப் பெண்களின் இரத்தத்தோடு கலந்தது போலும்! ஏதும் செய்யாத இராமனுக்குப் பட்டாபி ஷேகப் பலன். ஆக விரதம் இருந்த சீதைக்கு மரணமா? அபூர்வமான கற்பனை. வான்மீகிக்கு!

இந்த சஞ்சலமே தற்கொலையைத் தூண்டிற்று என்கிறார் வான்மீகி. அரக்கியர் உறங்கவும், மாதவிக் கொடியைச் சுற்றி கழுத்தில் இறுக்கிக் கொள்ள துணிந் தார் சீதை என்கிறார் கம்பர். சீதை தற்கொலைக்குத் துணிந்ததும் அனுமனது அறிவு பரபரவென்று இயங் கியது. தடுக்க வேண்டும் என்று தோன்றியது. ஆனால் சீதையைத் தொட்டுத் தடுத்து நிறுத்த முடியாது. அந்நியன் தீண்டிய அதிர்ச்சியில் கூட மரணம் நேரலாம். அதனையே 'மெய்தீண்டக் கூசுவான்' என்றார் கம்பர்.

அனுமனது நுட்பமான அறிவு ஆச்சர்யமானது. சீதையைக் காப்பாற்ற முடியாத நிலையில் நேரே இராமரிடம் போய் ''நீங்கள் சீதையைப் பார்த்துவரச் சொன்னீர்கள். பார்த்து வந்தேன். ஆனால் நான் பார்த்தபோது அவர் தற்கொலை செய்ய ஆயத்தம்

செய்தார். உடனே உங்களிடம் சொல்ல ஓடோடி வந்தேன்'' என்றால் நன்றாகவா இருக்கும். அசட்டுத் தூதன் அல்லவே ஆஞ்சநேயன்.

'ராம்' என்று ராம நாமத்தை உரக்கக் கூவினான். கொடிகளை அறுத்தெறிந்து திகைத்தவளாய் சீதை ராம நாமம் சொன்னவர் யார் என்று தேடினார். இலங்கையில் இராவணன் காட்டு தர்பாருக்குப் பயந்து ராம் என்று எவரும் சொன்னதே இல்லை. ''அவர் வந்தாராம் போனாராம்'' என்று கூடப் பேசமாட்டார்கள். ராவணன் காவலர், அதிலுள்ள ராம் சப்தத்தைக் கேட்டு கொன்று விடுவார்களோ என்று பயம் என்பார் திரு.கி.வா.ஜ. அவர்கள். ''அண்டர் நாயகன் அருள் தூதன்'' என்றபடி சீதை முன்பு பணிந்தார் அனுமன்.

ராம நாமம் சொல்லி சீதை உயிரை மீட்டார் அனுமன். ராம நாமம் மரணத் தறுவாயில் இருந்தாலும் இரட்சிக்கும் என்பதை நிரூபணம் செய்தார் அனுமன். ஆனால், சீதை இது வெறும் கனவாக இருக்குமோ என்று முதலில் கருதினார். கனவா இல்லையா என்று கண்டறிய, தன்னையே ஒருமுறை கிள்ளிப் பார்த்துக் கொண்டார். பிறகு தெளிந்தார். ''கனவு உறக்கத்தில் அல்லவா வரும். உறக்கம் எப்போதுவரும். சுகம் இருந்தால் அல்லவா வரும். எனக்குத்தான் சுகமும் இல்லை. உறக்கமும் இல்லையே'' என்று புலம்பினார். குரங்கு வடிவான அனுமனைப் பார்த்து இராம நாமம் கேட்ட மகிழ்ச்சியால் சிரித்த சீதை அடுத்தவிநாடி அஞ்சினார். முன்னர் ஒருமுறை அரக்கன் மான் வடிவில் (மாரீசன்) வந்த மாதிரி இப்போது குரங்கு வடிவில்

வந்தானோ என்றும் பயம் வந்து விட்டது. ''அரக்கனோ! குரக்கனோ! யாரானாலும் என்ன? இரக்கம் உடையவன். இராம நாமம் சொல்லி உருக்கினன்'' என்று உடைந்து போய் பேசுகிறார் சீதை. பாட்டைப் பார்ப்போம்,

''அரக்கனே ஆக வேறோர் அமரனே ஆக அன்றிக்
குரக்கினத்து ஒருவனே தான் ஆகுக கொடுமை ஆக
இரக்கமே யாக வந்திங்கு எம்பிரான் நாமம் சொல்லி
உருக்கினன் உணர்வைத் தந்தான் உயிர்இதின் உதவி
உண்டோ''.

என்கிறது கம்பன் கவி.

மரத்திலிருந்து இறங்கி 'தொழுது தோன்றினன் அனுமன்' வான்மீகி சொல்கிறார். ''தாமரைக் கண்கொண்ட தலைவியே... கண்களில் நீர்வரக் காரணம் என்ன? பதிவ்ரதைக்கான ஸகல லட்சணங்களும் உடைய நீவிர் யாவர்? வசிட்டருடன் பிணங்கிய அருந்ததியா? அல்லது இராவணன் பிரித்து வந்த ஸீதையா?' என்று பேச்சை ஹிதமாகத் தொடங்கினார். ''உமது தவ நிலையும் ஆதரவற்ற தன்மையும் உம்மை இராமன் மனைவி என்றே நினைக்கத் தோன்றுகிறது'' என்று பேச்சை வளர்க்கிறார்.

அந்நிய மண்ணில் அச்சத்தால் புதைந்திருந்த சீதைக்கு அசாதாரண தைர்யம் பிறந்து விட்டது. ''கைகேயியை நொந்து கொண்டு காட்டுக்கு விரட்டிய துக்கத்தில் தொடங்கினார். காட்டுக்குப் போகும்போது அவருக்கு முன் தயாராகி விட்ட தனது அன்பைக் கூறினார். அவரை விட்டு விட்டு என்னால் ஸ்வர்க்கத்தில் கூட இருக்க

முடியாது'' என்று பெருமைப்பட்டுக் கொண்டார். சீதையே என்று தீர்மானித்த அனுமன், அம்மணி கவலை வேண்டாம். ''அந்த ராமதூதன் நான். இலக்ஷ்மணன் தன் நமஸ்காரங்களைச் சொல்லச் சொன்னார்'' என்று சொல்லி சீதையின் குற்ற உணர்வுக்கு ஒரு முற்றுப்புள்ளி வைக்கிறார். நம்பிக்கையோடு வாழுபவனுக்கு நூறு வருடம் கழித்தாவது நல்லது நடக்கும் என்பது சீதை விஷயத்தில் நிரூபணம் ஆகிவிட்டது. ஜகம் புகழும் புண்ய கதையை, ஸகல துயர் தீர்க்கும் இராம கதையை மேற்கொண்டு சொல்க என்கிறார் சீதை.

சீதையைப் பிரிந்த இராமன், துணைவன் வேண்டும் என்று கருதியபோது சுக்ரீவனுடன் நட்பு பூண்டதையும், இராவணனையே தன் வாலில் கட்டிய வாலி, சுக்ரீவனுடைய சகோதரன் என்பதையும், அவனை அம்பொன்றால் இராமன் ஆவி வாங்கிக் கொன்றான் என்பதையும் அனுமன் கூறினார் ''காற்றின் மைந்தன்; சுக்ரீவனது அமைச்சன்; அனுமன் என் பெயர்; கடல் கடந்து உன்னைத் தேட இராமன் அனுப்பினார்'' என்றார்.

இராமன் என்ற பெயரைக் கேட்ட மாத்திரத்தில் பிராட்டி துயரத்தில் ஆழ்ந்தாள். தேற்றிக் கொண்டு ''நான் இல்லாமல் அவர் எப்படி இருக்கிறார், தவிக்கிறாரா?'' என்று கேட்டார். உண்மையில் தவிக்க வேண்டுமே என்கிற தவிப்புடன்தான் கேட்டார். மேலும் ''தருமம் காக்க நாடு துறந்து காடு வந்தார். கால் நடையாக நடந்ததோடு என்னையும் நடக்க விட்டார். ஆனால் அப்போதுகூட வருத்தமோ பயமோ ஏற்படவில்லை, ஆனால் இப்போது (நானில்லாத போது) அவரால்

தைரியமாக இருக்க முடிகிறதா?'' என்கிறார். தன்னம்பிக்கையும் பெருமையும் ஒலிக்க சீதை பேசுவதாகச் சித்திரிக்கிறார் வான்மீகி.

சீதை முகத்தில் பெருமிதம் பொங்க அவருக்கு அம்மா அப்பா எவரும் என்னை விட அதிக அன்புக்கு உரியவர்கள் இல்லை. அதிகம் என்ன அதிகம். எனக்குச் சமமாகக்கூட, எவரிடமும் அவருக்கு அன்பு இல்லை. அதனால்தானே உயிரைக் கையில் பிடித்துக் கொண்டு உட்கார்ந்திருந்திருந்தேன்.'' என்று சீதையிடம் வெடித்துக் கிளம்பிய அன்பை வார்த்தையால் வடித்துக் கொடுத்தார் வான்மீகி முனிவர்.

கைகள் குவிய, கண்ணீர் சொரிய, நீர் இங்கிருப்பது இதுவரை தெரியாமையால் அல்லவா அவர் அங்கே இருக்கிறார். ''இனிக் கவலை வேண்டாம். அலைகடல் சேனை அம்பு மழை பொழிய அரக்கரை அழிப்பார். அங்கயற்கண்ணி... கவலையை விடுங்கள்'' என்கிறார் அனுமன். சீதையின் பிரிவால் இராமர் எப்படி இருக்கிறார் என்கிற தர்மசங்கடமான கேள்விக்கு விடை தரவேண்டும். எப்படிச் சொன்னாலும் சிக்கல் தான்.

''உன் பிரிவால் வாடி வதங்கி இருக்கிறார்'' என்றால் நலிந்த இவள் வந்து நம்மை எப்படிக் காப்பாற்ற முடியும் என்கிற கவலை பிறந்துவிடும். ''ஜோராக சௌக்யமாக இருக்கிறார் '' என்று அனுமன் சொன்னால், ''ஆஹா நம்மீது அவருக்கு அன்பே இல்லையே... நாம் பட்டினி கிடந்து இங்கே சாகிறபோது இந்த மனிதர் துளிக்கூட

வருத்தமின்றி அன்ன ஆகாரத்தோடு கூட சுகமாக இருக்கிறாரே'' என்று இராமர் மீது வெறுப்புகூட தோன்றிவிடும். அனுமனது அறிவே அறிவு.

"அரசர்க்கே உரிய ஆகாரங்களை, மது மாமிச வகை களை அவர் ஏற்கவில்லை. எளிய காய் கனிகளே உண் கிறார். உடலில் ஊறும் எறும்பு பூரான் இவற்றைக்கூட உதறித் தள்ளாது உன்னையே நினைந்து மெய்ம்மறந்து கிடக்கிறார். எப்போதும் மோனம். எப்போதும் தியானம். எப்போதும் சோகம். உன்மேல் உள்ள காதல்தான் காரணம். உறங்குவது கூட இல்லை. தன்னையறியாது கண்ணயர்ந்தாலும் 'ஹேசீதே' என்று அலறியபடி எழுந்து விடுகிறார். அழகிய பூக்களைக் கண்டால் என் கண்ணே என்று உன்னுடன் பேசுவதாக எண்ணி பேசத் தொடங்குகிறார். நல்ல கனிகளைக் கண்டதும் உனக்கு வழங்க முடியவில்லையே என்று வருத்தம் அடைகிறார். தவியாய்த் தவிக்கிறார். உன்னை அடைய உறுதியுடன் இருக்கிறார்... தேவி'' என்று இராமரது மேன்மை யான காதல் லட்சணங்களை அனுமன் பட்டியல் இட்டார். இதைக் கேட்டால் எந்தப் பெண்ணுக்குத்தான் சந்தோஷமும் பெருமையும் வராது?'' நான் கொடுத்து வைத்தவன் என்றுதானே தோன்றும். மேகம் விலகியதும் நிலவு எப்படி ஒளி வீசுமோ அப்படி பிரகாசித்தது. சீதையின் முகம் என்கிறார் வான்மீகி. இருக்காதா பின்னே...!

கம்பரோ காவியத்தை வேறு விதத்தில் வடிக்கிறார். இராமரது வடிவழகைக் கூறும்படி சீதை கேட்டதும்

அடிமுதல் முடிவரை ரூப செளந்தர்யத்தை அனுமன் பேசுவதாக எழுதுகிறார். தாமரைத் திருவடிகளையும், அதில் மின்னும் நிலவு நகங்களையும், அம்பறாத் துணி போன்ற கணைக்கால் அழகையும், கங்கை நீர் வலஞ் சுழித்தவகை சுழித்தநாபியின் சுழலையும், யானைத் தந்தம் நிகர்த்த தாள் தொடு தடக்கைகளையும், மேருவை வென்ற திண் தோள்களையும், கடற்சங்குகளை வென்ற பாஞ்சஜன்யம் ஒத்த கண்டத்தழகையும், வர்ணித்த அனுமன்; முகமே தாமரை என்னில் கண்ணுக்கு உவமை சொல்ல நான் எங்கே போவேன்'' என்றதும், சீதை நிலை குலைந்தார்.

புன்முறுவல், புருவம், மூக்கு என்று கணுக் கணுவா கக் கரும்பை ருசிப்பதுபோல் அணு அணுவாக அனுமன் அமுதூற வர்ணித்ததும் தழலில் இட்ட மெழுகு போல் தத்தளித்தார் சீதை. மேலும் இராமர் அடையாளமாகக் கூறிய நிகழ்வுகளையும் படம் பிடித்தார். ''அம்மாவுக்குத் துணையாக இங்கேயே இரு'' என்றபோது உடுத்த துகிலுடன் புறப்பட்ட செயலையும், சிறிது தொலைவு வந்ததுமே ''காடு வந்து விட்டதா?'' என்று களைப்புடன் ''யாண்டையது கான்'' என்று கேட்ட அழகையும், சீதை வளர்த்த பட்சி பறவைகளைத் திரும்பி வரும்வரை தங்கையர் பாதுகாக்க வேண்டும் என்று சொன்னதையும் அனுமன் சொல்லி, எதிர்பாராத வகையில் இராமரது கணையாழியையும் அடையாளமாக நீட்டினார். அந்தக் கணையாழி இராமராகவே சீதைக்குத் தோன்றியது. கணவனையே அடைந்த மகிழ்ச்சி அவருக்கு அப்போதே ஏற்பட்டு விட்டது. கண்ணீர் பெருகியது. தான் இழந்த

நாகரத்தினத்தை மீண்டும் பெற்ற நாகத்தின் நிலையை அடைந்தார் சீதை. போன உயிர் வந்ததுபோல் இருந்தது. குழந்தை பெற்ற மலடிக்கு உவமையானார் சீதை.

கணையாழி பெற்ற சீதை செய்த செயல்களை,

''வாங்கினள் முலைக் குவையில் வைத்தனள் சிரத்தால்
தாங்கினள் மலர்க் கண்மிசை ஒத்தினள் தடந்தோள்
வீங்கினள் மெலிந்தனள் குளிர்ந்தனள் வெதுப்போடு
ஏங்கினள் உயிர்த்தனள் இது இன்னதெனல் ஆமே'

என்று பட்டியலிட்டார் கம்பர். ஸ்பரிச வேதி என்னும் ரசாயனக் கல் தான் தொட்டதை எல்லாம் பொன்னாக்குவது போல் மோதிரம் சீதையை என்னென்னவோ செய்து விட்டது. ''உத்தமனே என் உயிரை எனக்குத் தந்தாய்'' என்று அழுதபடி தொழுதபடி அனுமனைப் பார்த்தார் பிராட்டி.

திருமழிசை யாழ்வார் ''அத்தன் ஆகி, அன்னையாகி ஆளும் எம்பிரான்'' என்று பெருமானைப் பாடியது போல சீதை அனுமனை நோக்கி ,

''அம்மையாய் அப்பன்ஆய அத்தனே அருளின் வாழ்வே
இம்மையே மறுமை தானும் நல்கினை இசையோடு என்றாள்''

என்று பாடினார் கம்பர். இன்று போலவே என்றைக்கும் சிரஞ்சீவியாக இரு என்று வாழ்த்திய அழகை,

''பாழிய பனைத்தோள் வீர துணையிலேன் பரிவுதீர்த்த
வாழிய வள்ளலே யான் மறுவிலா மலத்தேன் என்னில்

ஊழிஓர் பகலாய் ஓதும் ஆண்டெலாம் உலகம் ஏழும்
ஏழும்வீ வுற்ற ஞான்றும் இன்றென இருத்தி என்றாள்''

என்று கவிதையாக்கினாள் கம்பர்.

இன்று போல் என்றும் இரு என்று எல்லாரையும் வாழ்த்த முடியாது. காரணம் பெருவாரியான மக்கள் ஏதேனும் மனக் குறையுடனேயே இருப்பார்கள். நாளை யாவது நல்ல சேதி வராதா என்று எதிர்பார்ப்பார்கள். பூரணமான ஒருவரைத்தான், இனி வளர வேண்டிய கட்டாயம் இலாதபடி வளர்ந்துவிட்டவரைத்தான் இன்று போல் என்றும் இரு என வாழ்த்த முடியும். அனுமன் பூரணன் என்பதே இப்பாடலின் செய்தி.

ஓர் ஆச்சரியம். எல்லாக் காண்டங்களிலும் மையமாக நிற்கும் இராமன் சுந்தர காண்டத்தில் தோன்றுவது இல்லை. காண்டத்தின் இறுதியில்தான் அனுமன் அவரிடம் தூது சென்றுவந்த சேதிகளை விளக்கும்போது தான் உருவத்துடன் தோன்றுகிறார். உருவத்துடன் தோன்றாவிடின் பரம்பொருளாகிய இராமன் அரு வத்துடன் அரு உருவத்துடன் வெளிப்படுகிற அற்புதப் பகுதி சுந்தரகாண்டம். இறைவன் அருவம், உருவம், அருஉருவம் மூன்றும் உடையவர் என்பதே நுட்பமான குறிப்பு. இராமனது அழகை அனுமன் திருவடி முதல் திருமுடி வரை வர்ணிக்கும் போது இராமனது தோற்றம் நம் மனக்கண் முன் பரவுகிறது. அவரது பண்பு நலன்கள் அனுமன் பேச்சால் நம் உள்ளத்தை ஊடுருவுகின்றன. அது பரம்பொருளின் அருவநிலை.

கணையாழி இராமர் அல்லர். ஆனால் அது இராமனாகவே சீதைக்குத் தோன்றியது. அதில் இராமன் வெளிப்படுகிறார். அது அவர் உருவம் இல்லை என்றாலும்; அவர் உருவத்தைத் தாங்கி உள்ளதால் கணையாழி பரம் பொருளின் அரு உருவம்.

காண்டத்தின் இறுதியில் இராமரது உருவமே அனுமனால் காணப்படுகிறது. அது பரம்பொருளின் உருவம். எனவே, உருவம், அருவம், அருஉருவம் என்ற பரம் பொருளின் மூன்று தன்மைகளும் புலப்படும் இடம் சுந்தர காண்டம். இராம பரத்வ நிர்ணயப் பகுதி சுந்தர காண்டம்.

அடுத்து எல்லையற்ற ஆனந்தமும் நம்பிக்கையும் வரப்பெற்ற சீதை கருணையுடன் அனுமனை நோக்கி "அப்பா... இத்துணை சிறிய வானரமாகிய நீ எப்படி அத்தனை பெரிய சாகரத்தைக் கடந்து வந்தாய்?" என்று விழிகள் விரிய வினவினார். அனுமன் பதில் கூறத் தொடங்கினார்.

10. சொல்லினால் சுடுவேன்

அனுமன் மீது சீதைக்கு ஏற்பட்ட நம்பிக்கை காரணமாகத் தன் துயரத்தை அவனிடம் சொல்லி ஆற்றிக் கொள்ள நினைத்தார். அதனால் ''விதி யாரை விட்டது. எத்தனை பெருஞ் செல்வம் இருந்தாலும் ஆழ்ந்த துயரத்தில் ஒரு மனிதனைக் கட்டி இழுத்துச் செல்லும் சக்தி விதி.. அல்லல்படும் என்னையும் ராம லக்ஷ்மணர் களையும் விட வேறென்ன அத்தாட்சி வேண்டும்'' என்று நீதியும் பொருளும் அடங்கிய பேச்சை உதிர்த்தார் ஸீதை என்கிறார் வான்மீகி.

''கப்பல் உடைந்தபின் கரையை நோக்கிக் கடலில் ஓயாமல் நீந்திக் களைப்புற்றவன் போல் இருக்கிறேனே நான் தப்பிக்க வழி உண்டா? முடிவு என்ன? என் துயரம் தீருமா?'' என்றும் அழுதாராம். தேற்றினார் அனுமன்.

''நான் போய் தங்கள் இருப்பிடம் தெரிவித்த தும் பெரும்படையுடன் வருவார், இப்போதே வேண்டு மானாலும் என் தோள்மீது ஏறிக்கொள்ளுங்கள். இராமரிடம் சேர்க்கிறேன்'' என்று உறுதி கூறினார்.

விழிகள் விரிய ''இத்தனை சிறிய நீ என்னைக் கொண்டு செல்வது எங்ஙனம்?'' என்று சீதை வினவ தம் பேருருவை காட்டினார். விஸவரூப ஆஞ்சநேயர் என்கிறது வால்மீகி இராமாயணம்.

கம்பராமாயணத்தில் சிறு மாற்றம் ''அப்பனே சிறிய உருவுடன் நீ பெருங்கடல் கடந்தது எப்படி'' என்று சீதை வினவ ''இராமன் அருளால்..'' என்றவர் விண்ணுக்கும் மண்ணுக்கும் வளர்ந்தார் என்பதை கம்பர்,

''பெருங்கடல் கடந்தனர் பெயரும் பெற்றிபோல்
கருங்கடல் கடந்ததென் காலினால் என்றான்''

என்று கம்பர் பாடுகிறார்.

தமிழில் கால் என்ற சொல் திருவடியையும் காற்றை யும் குறிக்கும். ''மூச்சை அடக்கி பிராணாயாம யோகத் தால் கடந்தேன்'' என்பது ஒரு பொருள். ''இராமன் திருவடி அருளால்'' என்பது மற்றொரு பொருள்.

விஸ்வரூப அனுமன் அகங்காரம் இன்றிப் பேருரு எடுத்தமையைக் கம்பர் நுட்பமாக விளக்கினார். எப்படி? ''கைகள் கூப்பியபடி தொழுத நிலையில் வளர்ந்தார்'' என்கிறார்.

''நின்றனன். தொழுத கையினன்'' என்பது பாடல். இறை பக்தி, தொண்டு நிலை ஒருவனை எந்த அளவுக்கு உயர்த்தும்; வளர்த்தும் என்பதற்கு அடையாளம் இது.

அனுமனின் பேருரு கண்ட சீதை ''ஆஹா அரக்கர் இனி செத்தொழிந்தார்கள்.'' என்று மகிழ்ந்தார். பின் ''எனக்கு அச்சமாக உள்ளது. உருவத்தைச் சுருக்குக'' என்றார். மேலும் ''என் துணைவன் இராமன் புகழையும் அருளையும் ஊழிபலவும் அழிவின்றி நிலைநிறுத்த நீ ஒருவனே தோன்றி உள்ளாய்'' என்று பாராட்டினார்.

'இனி நான் இறந்தாலும் நஷ்டம் இல்லை. சிறையிலிருந்து நான் மீள்வது உறுதி. அரக்கரை குலத்தோடு வேர் அறுத்துவிட்டேன். என் கணவர் திருவடி மலர்களைத் தலையில் சூடி விட்டேன். எனக்கு இனி புகழே. பழி இல்லை'' என்று அனுமன் மீதுள்ள நம்பிக்கையால் எல்லாம் நல்லபடி நடந்ததாகவே அறிவிக்கிறார். பாடலைப் பாருங்கள்.

''மாண்டேன் எனினும் பழுதன்றே
இன்றே மாயச் சிறைநின்றும்
மீண்டேன் என்னை ஒறுத்தாரைக்
குலங்களோடும் வேர் அறுத்தேன்
பூண்டேன் எங்கோன் பொலங்கழலும்
புகழேயன்றிப் புன் பழியும்
தீண்டேன் என்று மனம் மகிழ்ந்தாள்
திருவின் முகத்துத் திரு ஆனாள்.

இராமபக்தியும், தாஸ்ய உணர்வும் மிக்க அனுமன் தன்னை வியந்து சீதை பேசியதை ஏற்கவில்லை. அடக்கத்துடன் தமது வானரத் தலைவர்கள் வீரத்தை விளக்கினார். இந்த அரக்கர் கூட்டம் வானர வீரருக்கு உறைபோடவும் காணாது என்றார். பணிவின் உச்சகட்டமாக ''அம்மா, என்னைப் புகழ வேண்டாம். நான்

இராமனுக்கு எடுபிடி வேலையாள்' என்ற பொருளில் அடக்கத்துடன்,

> "எண்ணற்கரிய படைத்தலைவர்
> இராமற் கடியார்; யானவர்தம்
> பண்ணைக் கொருவன் எனப்போந்தேன்;
> ஏவல் கூவல் பணிசெய்வேன்"

என்கிறார். இராமனுக்கு ஏவல் கூவல் பணி செய்யும் எடுபிடியே இப்படி என்றால் பிறர் எப்படியோ என்று வானர சேனைமீது சீதைக்கு மதிப்பு தோன்றச் செய்தார் அனுமன். என்றைக்கும் தனது குருவின் மீது மரியாதை உள்ளவர் பெறுகிற உன்னத வெற்றியை தன்மீது மட்டும் நம்பிக்கை உள்ளவர் பெற முடியாது. இது இயற்கை நியதி.

மேலும் சீதை துயர் தீர்க்கவும், இராமன் வருத்தம் மாற்றவும் நினைந்து "அம்மா, என் தோள் மீது தாங்கள் அமர்ந்தால் அடுத்த நொடி இராமர் பக்கலில் தங்களைச் சேர்ப்பேன்" என்று திருவடி தொழுதான் அனுமன் என்கிறார் கம்பர்.

தாய் முன் நிற்கும் கன்றனைய அனுமனைக் கருணை விழிகளால் நோக்கி 'அரியதன்று, நின் ஆற்றலுக்கு ஏற்றது' என்று பாராட்டி விட்டு பெருமூச்சு விட்டபடி "என் பெண்புத்தி தடுக்கிறதே" என்றார். "பெரிய பேதமைச் சின்மதிப் பெண்மை" என்றார் கம்பர். மேலும் "இராமர் வில்லுக்கு வேலையில்லாமல் ஆகிவிடுமே. அவர்கள் வஞ்சித்த மாதிரியே நாமும் வஞ்சித்தால் நல்லதல்லவே." என்ற பொருளில்

''வஞ்சித்த நாய்களின் நின்ற வஞ்சனை நீயும் நினைத்தியோ'' என்றார்.

மேலும் சினத்துடன் ''என் நாயகர் வில்லால் இராவணன் மடிய வேண்டும். அவன் கண்களைக் காகங்கள் கொத்த வேண்டும். அரக்கியர் தாலி அறுபட இந்த இலங்கை எலும்புக் குவியலாக வேண்டும். இவ்வாறு நடக்காவிட்டால் என் கற்பை உலகுக்கு எப்படி எடுத்துக் காட்டுவது?'' என்றார் சீதை. மேலும்,

''அல்லல் மாக்கள் இலங்கைய தாகுமோ
எல்லை நீத்த உலகங்கள் யாவும்என்
சொல்லினால் சுடுவேன் அது தூயவன்
வில்லின் ஆற்றற்கு மாசுஎன்று வீசினேன்''

என்று பேசுகிறார் சீதை. எல்லையற்ற உலகங்களைச் சொல்லால் சுடமுடிந்தும் இராமர் வில்லைக் காக்க விட்டு வைக்கிறார் சீதை. என்ன மன உறுதி?

தயங்கியபடி ஆறுதலாக அனுமனைப் பார்த்து ''நீ ஐம்புலன்களை வென்ற ஆண். எனினும் உன் தோளில் அமர்ந்த நான் பெண் என்பதால் உலகம் பழிக்குமே. வேண்டாம் என்றார். நான் மரணமடைவேனோ.. அல்லது இராவணன் என்னை வலிந்து தீண்டி துன்புறுத்துவானோ என்று கவலைப் படுகிறாயா? கவலை வேண்டாம். விரும்பாத பெண்ணை மையலுடன் தீண்டினால் இராவணனுக்கு மரணம் வரும் என்றொரு சாபம் உண்டு. இதனை த்ரிஜடை எனக்கு உரைத்தாள். கவலை வேண்டாம். நீ வேதநாயகன் பால் போதல் காரியம்'' என்று வழியனுப்பலானார் பிராட்டி.

"அம்மா இராமருக்கு நான் சொல்ல வேண்டிய செய்திகளைச் சொல்லுக" என்றார் அனுமன். சித்ர கூடத்தில் நடந்த சம்பவத்தை சீதை நினைவு கூர்ந்தார். நதியில் விளையாடி கரைசேர்ந்த போது காகம் வந்து அவர் மார்பைத் தீண்ட மண்கட்டி எடுத்து கோபமாகத் தாம் வீசியதையும் அது கண்டு நகைத்து தம்மை அருக மர்த்தி ஆறுதல் கூறியதையும், மீண்டும் காகம் தொல்லைதர அருகிருந்த புல்லை எடுத்து பிரம்மாஸ்திர மாக காக்கை மீது ஏவ அஞ்சி அடைக்கலம் எங்கும் கிடைக்காது இறுதியில் இராமன் திருவடிகளைத் தஞ்சம் புகுந்தது காக்கை. கருணை காட்டி காகத்தின் ஒரு கண்ணைப் பறித்து உயிரைக் காத்தார் இராமர் என்பதை நெகிழ்ந்தபடி கூறினார் சீதை.

மேலும் "உற்றார் உறவினர் சொத்து... சுகம் விட்டு உடன் வந்த லக்ஷ்மணரைக் கேட்டதாகச் சொல். அவர் என்னைவிட இராமரின் அன்புக்கு அதிகம் பாத்திர மானவர்" என்கிறார்.

மேலும் "ஒரு மாதமே உயிர் தரிப்பேன். பாதாளத்தில் இருந்த பூமாதேவியை விஷ்ணு மீட்டது போலே என்னை அவர் காப்பாற்றட்டும்" என்கிறார்.

கம்பர் ஒருபடி மேலே போய் "ஒரு மாதத்தில் வந்தென்னை மீட்கவில்லை என்றால் கங்கைக் கரையில் எனக்கு எள்ளும் தண்ணீரும் இறைக்கச் சொல்" என்று சீதையைச் சொல்ல வைக்கிறார்.

"செங்கையால் கடன் செய்து என்று செப்புவாய்" என்பது பாடல். உணர்ச்சி பெருக "சீதை அங்கே இறக்கும்போது உங்களைத் தொழுதாள் என்று மாமியர் மூவரிடமும் சொல்" என்கிறார்.

"நான் இறந்தாலும் கூட என்னை முதலில் தீண்டிய போது உன்னையன்றி வேறொருத்தியை எண்ணத்தாலும் தீண்டேன் என்று சொன்னதை அவரை நினைவு வைத்துக் கொள்ளச் சொல்" என்றார் சீதை. மரணத்திற் குப் பிறகும் உரிமையை விடக்கூடாதாம்...! மறு திருமணம் இராமர் செய்து விடக் கூடாதாம்...! கொஞ்சம் பெருமூச்சுக்குப் பிறகு,

"நான் அவருக்கேற்ற தாரம் இல்லை என்றாலும், அவர் நெஞ்சில் ஈரம் இல்லை என்றாலும் வீரம் இருக்குமே வீரம்... அதற்காகவாவது என்னை மீட்கச் சொல்" என்று ரோஷம் ஊட்டுகிறார். இரண்டு பாடலுமே அழகான பாடல்கள்.

"வந்தெனைக் கரம்பற்றிய வைகல்வாய்
"இந்த இப்பிறவிக்கு இருமாதரைச்
சிந்தையாலும் தொடேன்" என்ற செவ்வரம்
தந்த வார்த்தை திருச்செவி சாற்றுவாய்"

நம்பிக்கையும் அவ நம்பிக்கையும், மாறி மாறித் துன்புறுத்துகின்றன. நிகழ்வும் எதிர்பார்ப்பும் வேறு வேறாக இருப்பதால் அச்சம் அதைர்யம் ஒருபுறம். ஆவேசம் மறுபுறம். போராடுகிறார் பிராட்டி. தனது மீட்சிக்கு அனுமனையே நம்பி இருப்பதாகப் பேசுவதாக வான்மீகி எழுதுகிறார். புறப்பட துணியும் அனுமனைத் தயங்கியபடி பார்த்தவர் "ஒருநாள் தங்கிச் செல்லலாமே! என்று பாசத்துடன் உபசரிக்கிறார். எங்காவது ஒரு புதரில் மறைந்திருந்து சற்று இளைப்பாறி விட்டு நாளை புறப்படலாமே" என்கிறார். அந்த அளவுதான் உபசரிக்க முடியும்.

நற்செய்தி கொணர்ந்தவன்மீது அபிமானம். புறப்படு கிறானே என்று கலக்கம். விடுதலை கிடைக்குமா என்ற சஞ்சலம்... 'உன் போன்ற சக்தி யாருக்கு வரும்' என்று பாராட்டுகிறார்.

''நம்பா'' நம்பிக்கைக்குரியவனே என்று சீதை அனுமனை அழைத்ததாகக் கம்பர் பாடுகிறார்.

"நாடிவந்து எனது இன்னுயிர் நல்கியநம்பா
கோடி என்று கொடுத்தனள் மெய்ப்புகழ் கொண்டாள்"

என்று தன் புடவையில் பொதிந்திருந்த சூடாமணியை வழங்கினார் சீதை. ''இதைப் பார்த்தாலாவது என் நினைவு அவருக்கு வரும்'' என்கிறார்.

ஒரு மாதத்திற்குள் இராமர் வருவார் என்பதை உறுதி செய்ய வேண்டிய கட்டாயம் அனுமனுக்கு. பிராட்டிக்கு நம்பிக்கை ஊட்ட சற்று அழுத்தமாகவே சொல்ல வேண்டி இருந்தது. குறித்த நாளில் இராமன் வரவில்லை என்றால் 'அவர் இராவணன் இவனே இராமன்' என்று சற்று மிகைபடப் பேசுகிறார் அனுமன். பாடலைப் பாருங்கள்,

"பராவரும் பழியொடும் பாவம் பற்றுதற்கு
இராவணன் அவன் இவன் இராமன் என்றனன்"

ஆசி கொடுத்து வழியனுப்பினார் சீதை. புறப்பட்ட அனுமன் யாரும் எதிர்பாராதபடி அசோக வனத்து மரங் களை படீர் படீர் என்று முறித்து அழிக்கத் தொடங்கி னார். பதறியபடி காவல் அரக்கியர் கண்விழித்தனர்.

❑ ❖ ❑

11. 'கொல்லுங்கள்... நில்லுங்கள்...'

சீதா பிராட்டியைப் பார்க்கும் வரை இராமனை விடவும் மேலான ஒருவர் உலகில் இருக்க முடியாது என்ற அழுத்தமான எண்ணத்தில் இருந்த அனுமன் அந்த எண்ணத்தை மாற்றிக்கொண்டான். இராமன் தெய்வம் என்றால் இராமனுக்காகவே உயிர் வாழ்கிற சீதை பெருந்தெய்வம் என்ற எண்ணம் தோன்றிவிட்டது. அவர் நலன் கருதி ஏதேனும் இப்போதே செய்ய வேண்டும் என்றும் தோன்றியது.

சொன்னதைப் பிழையாகச் செய்கிறவர்கள் முட்டாள்கள். சொன்னதை மிகச் சரியாகச் செய்பவர்கள் சராசரி மனிதர்கள். சொல்லாத போதும் செய்ய வேண்டியதைச் சரியாகச் செய்பவர்களே மேலான தொண்டர்கள்.

இராவணனைச் சந்திக்கும்படி இராமன் சொல்லாத போதும் சந்தித்து இராமன் பற்றி அறிவிப்பது தன் கடமை என்று அனுமன் நினைத்தார். அவ்வாறு அவர் கருதியது அவரது மேலான தன்மைக்கு ஓர் அடையாளம். ஸாம, தான, பேத, தண்டம் என்கிற நான்கு வகை உபாயங்களில் தண்டமே இங்கு சரி என்று தீர்மானித்தார்.

பேச்சு வார்த்தைகளில் நம்பிக்கை இல்லாத அரக்கருக்கு ஸாமம் (சமாதானம்) பயனற்றது. தானமோ சாத்தியமற்றது. அவர்களிடம் இல்லாத செல்வமா? தானம் கொடுத்துத் திருத்துவதற்கு... பேதமோ எடுபடாது. காரணம், தன் படைச் செருக்கில் அரக்கருக்குக் கர்வம் அதிகம். எனவே தண்டனை ஒன்றே சரி என்று தீர்மானித்து தன் பராக்கிரமத்தைக் காட்டலானார்.

இராவணனுக்கு மிகப் பிரியமான தோட்டத்தை அழிப்பது சரியான தண்டனை என நினைத்தார். தடுக்க வரும் காவலரைக் கொன்று கிட்கிந்தை திரும்பினால் இராவணனுக்கு அது ஓர் எச்சரிக்கையாகவும் இருக்கும். அதனால் மாருதி சண்ட மாருதம் ஆனார். சண்டை மாருதி ஆனார்.

கம்பரோ "ஈனர்களைக் கொன்று இலங்கைக் கடலில் வீசி, சீதையை இராமரிடம் சேர்க்கவில்லை. பத்துத் தலை இருபது தோள் இராவணனை வாலில் கட்டி சிறை வைக்கவில்லை. பழிக்குப் பழி என்று இராவணன் பட்டத்து மகிஷியை முடியைப் பிடித்து இழுத்துப் போய் இராமர் முன்பு தள்ளவும் இல்லை. அரக்கர் உயிர் குடித்து இராமனுக்கு நான் அடிமை என்று நிலை

நாட்டவும் இல்லை. என் அடிமைத் திறனை எப்படிக் காட்டுவது? அரக்கரை அமருக்கு அழைத்து அமரராக்கு வது எப்படி?'' என்று அனுமன் வருந்தினார் என்றார்.

"சோலையை அழித்தால் காவலர் தடுப்பார். அவர்களைக் கொன்றால் இராவணன் எதிர்ப்பான். அவன் தலைகளை முறித்து கோபம் தணிக்கலாம்'' என்று கருதிய அனுமன் பேருரு எடுத்து அசோக வனத்தை அழிக்கலானார். வலிய, பெரிய மரங்களைத் தன் கால்களால் துகைத்தார். என்ன நடந்ததாம்? கம்பர்:

> "முடிந்தன, பிளந்தன, முரிந்தன, நெரிந்த
> மடிந்தன பொடிந்தன மறிந்தன முறிந்த
> இடிந்தன தகர்ந்தன எரிந்தன கரிந்த
> ஒடிந்தன ஒசிந்தன உதிர்ந்தன பிதிர்ந்த..."

என்று நேர்முக வர்ணனை செய்தார்.

விண்ணில் எறிந்த மரங்கள் வானுலகளந்த வனங் களை அழித்தன. வானமகளிர் ஒரு சிலர் விண்ணில் எறியப்பட்ட அம்மரங்களில் பூப்பறித்துக் கொண்டனர். அரக்கர் மாளிகையில் விழுந்த மரங்கள் அரண்மனை களை அழித்தன. கடலில் விழுந்தவை கடலைத் தூர்த்தன. நடந்தே கடல் கடக்கலாம் என்று கூட பலருக்கும் தோன்றியது. யானைக் கூடங்கள், குதிரை லாயங்கள், தேர்க்கூடங்கள் அழியலாயின. நெருப்புப் பற்றி ஊரில் சாம்பல் பறந்தது. நகரமே நிலை தடுமாறியது. சீதா பிராட்டி அமர நிழல் கொடுத்த கொடை மரம் மட்டுமே உயிர் பிழைத்தது. பிரளய கால ருத்ரன் போல் அனுமன் விளங்கினார்.

உறக்கம் கலைந்த அரக்கியர் அச்சத்துடன் சீதையிடம் ஒடுங்கினர். ''இது என்ன உருவம்? இவனை நீ அறிவாயா? யார் இவன்?'' என்று கோபமாகக் கேட்டனர். பொய்சொல்லி அறியாத பிராட்டி பொய் சொன்னார். ''எனக்கு எப்படி தெரியும்? பாம்பின் கால் பாம்பறியும். நீங்கள் மாயம் வல்ல அரக்கர்கள். மாயமான் வடிவால் கவர்ந்ததுபோல் இப்போது இந்த வடிவமோ... என்னமோ?'' என்று சாதுர்யமாகப் பேசினார். பிராட்டி பொய் சொல்லலாமா என்று தர்க்கம் செய்யக்கூடாது. உயிர்காக்க ஒரே வழி... அவ்வளவு தான்.

அரக்கியர் வயிற்றில் அடித்துக் கொண்டு ஓடினர். அடுத்து அனுமன் கண்ணில் பட்டது பொன் குன்றம். பிரமன் கொடுத்த செயற்கைக் குன்று. பொன்னும் மணிகளும் இழைத்தது. எடுத்தார் அனுமன். இலங்கை மீது எறிந்தார். ஏகப்பட்ட சேதம்! நெருப்பிவிட்ட பஞ்சுபோல் நகரம் நாசமாகிறதே என்று மக்கள் புலம்பினர். இராவணனிடம் முறையிட்டனர்.

முதலில் நம்பமாட்டாது நகைத்த இராவணன் முடிவில் சினந்து 'அவனை அடக்கிப் பிடித்து வாருங்கள்' என்று உத்தரவிட கிங்கரர்கள் தடி, கம்பு, சூலம் ஏந்தி ஓடினார்கள். மரத்தில் இருந்தபடி வீரகோஷம் இட்டார் அனுமான். ''இராமனுக்கு வெற்றி உண்டாகட்டும். சுக்ரீவன் வாழ்க. ஆயிரம் இராவணன் எனக்கு ஈடு இல்லை. சீதையோடு நாடு திரும்புவேன்'' என்று பேரோசை எழுப்பினார்.

அந்த ஓசையால் பூமி கிழிந்தது. கிழிபட்ட இடத்தில் கடல் நீர். குமிழியிட்டுப் பாய்ந்தது. திசையானைகள் கலங்கின. அரக்கியர் கர்ப்பம் கலங்கியது. அண்டம் வெடித்தது. அனுமனோடு போரிட மாட்டாது கிங்கரர்கள் மாண்டனர். இந்தச் செய்தியைக் காவலர் வந்து சொன்னபோது இராவணன் நம்பவில்லை.

''கிங்கரர்கள் இறந்தார்களா? அல்லது அஞ்சி ஓடி ஒளிந்து கொண்டார்களா? போரில் தோற்று மனைவி மக்களைப் பற்றி கவலைப்படாது ஓடிப் போனார்களா?'' என்று நெருப்பெழக் கேட்டான் இராவணன். பதில் அபாரம். ''பொய் சாட்சி சொன்னவர்கள் பரம்பரைகள் அழிவது போல் (ஒருவர் கூட மிஞ்சாமல் என்று பொருள்) அழிந்துவிட்டார்கள்'' என்றனர் காவலர். மூவுலகங்களையும் விழுங்கப் போகிறவன் மாதிரி கோபத்துடன் எழுந்த இராவணன் எதிரில் கூப்பிய கையுடன் நின்ற சம்புமாலி என்பவனை ஏவினான்'' அவனும் அனுமனால் கொல்லப்பட்டான்.

செய்தி அறிந்த இராவணன் ''நானே குரங்கைக் கொல்வேன்'' என்று எழுந்தான். அவனது ஐந்து சேனாதிபதிகள் எழுந்து தடுத்தனர். ''சிலந்திப் பூச்சிகளைப் பிடித்துத் தின்னும் குரங்கைக் கொல்ல இலங்கையின் மா மன்னர் போவதா?'' என்று தடுத்து அனுமதி பெற்று பெருஞ்சேனையுடன் அவர்கள் புறப்பட்டார்கள்.

ஐந்து சேனைத் தலைவருக்கும் அனுமனுக்கும் நடந்தபோரை பொறிபுலன்கள் ஐந்தும் அறிவோடு நடத்தும் போராகக் கம்பர் வர்ணித்தார். ஆசை காரண

மாக மெய், வாய், மூக்கு, கண், செவி ஐந்தும் அறிவுக்குக் கட்டுப்பட மறுக்கும். இதனை ''ஐவரும் பொறிகள் ஒத்தார்; அனுமனும் அறிவை ஒத்தான்'' என்று பாடினார் கம்பர். அறிவு ஐம்புலன்களை வெல்வது போல் அனுமன் வென்றார். காரணம் அனுமன் ஐம்புலன்களை வென்ற நைஷ்டிக பிரம்மச்சாரி அல்லவா?

பின்னர் இராவண குமாரனான அக்ககுமாரன் வந்து சண்டையிட்டு மடிந்தான். அதனால் துக்கமடைந்த இந்திரஜித் (இராவணனுக்கு மண்டோதரி மூலம் பிறந்த மகன்) பெருங்கோபத்துடன் நூறு பேய்கள் பூட்டிய தேர் ஏறி போருக்கு வந்தான். ''குரங்கால் அழிந்தது தம்பியல்ல ''தகப்பன் புகழ்'' என்று வெந்தான். பாசத்தால் கண்ணீரும் கோபத்தால் புகையும் அவனிடமிருந்து வந்தன. அனுமனுக்கும் இந்திர சித்தனுக்கும் கடும்போர் நடந்தது. அனுமன் இந்திரஜித் வில்லின் நாணைத் தனது தோள்களால் அறுத்தான்.

பல்வித அம்புகளையும் பந்தாடிய அனுமன் இந்திரஜித் ஏவிய பிரம்மாஸ்திரத்திற்குக் கட்டுப்பட்டு, இராகு என்ற கருநாகத்தால் சாய்ந்த சந்திரன் போல் சாய்ந்தான். ''பிரம்மாஸ்திரத்தை அவமதிப்பது சரியல்ல'' என்ற பெரு நோக்கில் கட்டுப்பட்டவனைப் பார்த்து இலங்கை அரக்கர் கேலி பேசினர்.

''கொல்லுங்கள். நெருப்பிலே போட்டு பொசுக்குங்கள்... வெட்டித் தின்னுங்கள்'' என்று ஊரே ஓலமிட்டது. ஐம்பதினாயிர அரக்கர்கள் நாகபாசத்தைப் பிடித்து அனுமனை இழுத்துக்கொண்டு வந்தனர்.

இலங்கை வேந்தனைச் சந்திக்க இது ஒரு நல்ல சந்தர்ப்பம் என்பதே அனுமனது உண்மையான உள்மன எண்ணம். திணிக்கப்படும் துயரங்களையும் தண்டனை களையும் கூட பலவான் சரியான வாய்ப்புகளாக மாற்றிக் கொள்வான் என்பதற்கு அனுமன்தான் மிகச் சரியான உதாரணம்.

ஆனால் அனுமன் கட்டுண்ட சேதி அறிந்த சீதை வருந்தினார். "உன்னால் என் துயரம் தீரும் என்று நம்பினேன்... மேலும் துயரம் அல்லவா சேர்ந்துவிட்டது" என்று அழுதாள்.

கொலுமண்டபத்தில் இராவணனைக் கண்ட அனுமனுக்கு ஆச்சர்யமாக இருக்கிறது. காலைக் கதிரவன் போல ஒளி வீசினான் இராவணன். சிவப்பும் மஞ்சளும் கலந்த பட்டாடை தகதகக்கிறது. உடம்பெங்கும் விலை உயர்ந்த அணிமணிகள். உருண்டு திரண்ட தோள்கள். வான்மீகியோ "என்ன அழகு! என்ன துணிவு! என்ன செல்வம்! எல்லாம் பொருந்திய இவன் இந்திர உலகின் தலைவனாக அல்லவா இருக்கவேண்டும். ஆனால் அவனது அதர்மம் அல்லவா அவனைத் தடுக்கிறது" என்று இராவணனுக்காக அனுமன் கவலைப்பட்டார் என்கிறார். ஒரே ஸ்லோகத்தில் அஹோ... அஹோ... என்ற சொல்லை ஐந்து முறை பயன்படுத்தி அனுமனது வியப்பின் அளவை வான்மீகி பதிவு செய்கிறார்.

12. வாலியும் போனான் வாலும் போனது

தூது வந்த அனுமனை ''நீயார் சிவனா திருமாலா இந்திரனா'' என்று இராவணன் கேட்க மூவரும் ஒருவரான இராம தூதன் என்கிறார் மாருதி. இராமனது பரத்வத்தை விபீடணன் போன்ற தர்மாத்மாக்கள் மனம் கொள்ளுமாறு விவரித்தார். தன்னை

> *''தேவரும் பிறரும் அல்லன் திசைக்களிறு அல்லன் திக்கின்*
> *காவலர் அல்லன ஈசன கயிலை யங் கிரியன் அல்லன்*
> *மூவரும் அல்லன் மற்றை முனிவரும் அல்லன்''*

என்று எதிர்மறையாக அறிமுகப்படுத்திக் கொண்டார் அனுமன். பிறகு ''இராமன் மூவருக்கும் மேலான பரம் பொருள். சிவனுடைய சூலமும் திருமாலுடைய

சங்கமும் பிரமனுடைய கமண்டலமும் சேர்ந்து உருவானது இராமனது வில். பாற்கடலையும் கயிலாயத்தையும் தாமரையையும் நீத்து மூவரும் ஒருசேர வந்த இடம் அயோத்தி'' என்று இராம பரத்வத்தை வெளிப்படுத்தினார் அனுமன். இதனை

''மூலமும் நடுவும் ஈறும் இல்லதோர் மும்மைத் தாய
காலமும் கணக்கும் நீத்த காரணன் கைவில் ஏந்திச்
சூலமும் திகிரி சங்கும் சுரகமும் துறந்து தொல்லை
ஆலமும் மலரும் வெள்ளிப் பொருப்பும் விட்டு அயோத்தி வந்தான்''

என்று பாடினார் கம்பர்.

இராமன் ஏன் பூமிக்கு வந்தான் என்ற கேள்விக்கு விடையாக ''வாரணம் காக்க வந்தான் அமரரைக் காக்க வந்தான்'' என்றான். பக்தனாகிய கஜேந்திரனை ஓர் முதலையிடம் இருந்து காக்க வந்தவன் இப்போதும் தேவர்களைக் காக்க வந்தான் என்று விளக்கம் சொன்னார். மேலும் ''இராமன் அதர்மத்தை அழித்து அறத்தை நிலைநாட்ட அவதரித்த அண்ணல்... பிறவிப் பிணி அழிக்கும் தேவ மருந்து'' என்கிறான். பாடலைப் பார்ப்போம்...

''அறம் தலை நிறுத்தி வேதம் அருள் சுரந்து அறைந்தநீதித்
திறம் தெரிந்து உலகம் பூணச் செந்நெறி செலுத்தித் தீயோர்
இறந்துநூறித் தக்கோர் இடர்துடைத்து ஏக ஈண்டுப்
பிறந்தனன் தன்பொற்பாதம் ஏத்துவார் பிறப்பறுப்பான்.

என்றார் அனுமன்.

அது மட்டுமா? ''அன்னவற்கு அடிமை செய்வேன். நாமமும் அனுமன் என்பேன்... வாலி தன்மகன் அவன் தன் தூதன்... வந்தனென் தனியேன்'' என்று தன்னிலை விளக்கமும் தந்தார்.

''வாலி மகன் விடுத்த தூதனா? வாலி நலமா! வளமையோடு இருக்கிறானா?'' என்று பழைய பயம் தொனிக்க வினவினான் இராவணன். அனுமன் வெகு வாகச் சிரித்து ''வாலி எப்பொழுதோ மாண்டான்... பயம் வேண்டாம்... அவன் வாலும் செத்துவிட்டது... இராமனது ஓர் அம்பினால் வாலி மாண்டான்'' என்றார். முன்பு வாலால் இராவணனை உலகின் எட்டுத் திசைக்கும் கட்டி இழுத்தவன் வாலி. எனவே வாலியின் வால் பற்றிய இராவண பயத்தைக் கேலி செய்கிறார் அனுமன்.

''வாலி இறந்தானா? கொன்ற இராமன் இப்போது இருப்பது எங்கே? ஏன் அவன் மனைவியை அங்கதன் தேடுகிறான்?'' என்று கேள்விக் கணைகளை வீசினான் இராவணன்.

''வாலியைக் கொன்று கிட்கிந்தை அரசை சுக்ரீவ னுக்கு நல்கினார் இராமன்... சுக்ரீவன் உயிர்த் தோழமை இராமனுடன் கொண்டான். எனவே இராமனது தேவியைத் தேட சுக்ரீவன், அங்கதன் ஆகியோர் எங்களை அனுப்பினர்'' என்று விளக்கினார் அனுமன்.

''உங்களுக்கு வெட்கமாக இல்லையா? குலத் தலைவனைக் கொன்றவனுக்குப் பணிசெய்கிறீர்களே? உங்கள் உலகமே பேடியாகி விட்டதா?... அதுசரி சுக்ரீவன் என்ன சொல்லி அனுப்பினான்? தூது வந்த நீ

ஏன் போர் புரிந்தாய்? அஞ்சாதே! உன்னைக் கொல்ல மாட்டேன்... பதில் சொல்" என்று இராவணன் உறுமினான்.

அனுமனோ அவனது கேள்விகளையே பொருட் படுத்தாது நீதி நெறிகளை உரைத்தார். "காமம் தீமை தரும். அடுத்தவர் மனைவியை ஆசைப்படுவது அழிவும் அவமானமும் தரும்... உன் தவத்தையும் பெருமை களையும் ஏன் இழக்கிறாய் என்று சுக்ரீவன் உன்னிடம் சொல்லச் சொன்னான்" என்றார். உண்மையில் சுக்ரீவன் இப்படி எதுவும் சொல்லவில்லை. அவசியம் ஏற்படும் போது தலைவன் கருத்தாக முதன்மைத் தொண்டன் பேசலாம்... பேச வேண்டும்... அவனே தலைமைப் பண்புடைய உண்மைத் தொண்டன். அனுமன் அதற்கான முழு அடையாளம். சுக்ரீவன் அறிவுரை சொன்னதாகக் கேட்டதும் இராவணன் சினமுற்று" ஒரு குரங்கா எனக்கு அறிவுரை கூறுவது" என்று சொல்லி கேலியாகச் சிரித்தான்.

மேலும் "மனிதர் (இராம இலக்ஷ்மணர்) வீரம் பேசு கிறாய்... குரங்கின் (சுக்ரீவன்) அறிவை அளக்கிறாய்... இவற்றைவிடு... தூது வந்தவன் அரக்கர்களை ஏன் கொன்றாய்?" என்றான்.

"காட்டுவார் இன்மையால்" என்று அனுமன் பேசுவதாகக் கம்பர் எழுதுகிறார். பொழிப்புரை எழுதிய பெருமக்கள் "இராவணா... உன்னைக் காட்டுபவர் இல்லாததால் போராடினேன்" என்று எழுதுகிறார்கள். இலக்கிய நயம் சொல்பவர்கள் "எங்கள் பலம் என்ன

என்பதை உனக்குக் காட்டுபவர் இன்மையால்'' என்று நயம் பாராட்டுகிறார்கள். உண்மையில் இராமன் பரம்பொருள் என்பதை இப்பகுதியில் அனுமன் எடுத்துக் காட்டுகிறார். குறிப்பாக இராவணன் தரப்பில் உள்ள தர்மாத்மாவாகிய வீடணன் இராமனது அவதார மேன்மையை அனுமன் வழிதான் உணருகிறார். எனவே ''இராமனது பரமாத்மா என்பதைக் காட்டுவார் இன்மையால் இதனைச் செய்தேன்'' என்று அனுமன் கூறுவதாகவே கருதவேண்டும்.

அனுமன் தொடருகிறார் ''உன்னைச் சந்திக்க உபாயம் செய்தேன். சோலையை அழித்தால் அரக்கர் வருவர். அரக்கரோடு சண்டையிட்டால் நீ பிடிப்பாய்... அப்படியே நடந்தது... அடக்கத்துடன் இங்கே வந்து நிற்கிறேன்'' என்று தன்னிலை விளக்கம் தந்தார். இராவணனுக்குச் சினம் நெருப்பாகச் சுழன்றது.

வால்மீகி அனுமன் பேச்சில் ஓர் அற்புதம் செய்தார். ''வனத்தில் இராமன் மனைவி காணாமல் போய் விட்டாள்'' என்று சொல்வதாக எழுதினார். நீ திருடி வந்தாய் என்று குற்றம் சாட்டினால் சமரசப் பேச்சுக்குக் குந்தகம் வரும் என்பதால் சமத்காரமாகப் பேசுகிறார் அனுமன். மேலும் ''ஸீதையைத் தேடி வந்த பலருள் தென்திசை வந்தவரில் நான் ஒருவன். உன் தோட்டத்தில் அவரைக் கண்டேன். தருமம் அறிந்தவர் தாங்கள். தவத்தில் மிக்கவர். பிறன் மனை கவர்தல் தங்கட்கு அழகல்லவே'' என்று நயமாகப் பேசுகிறார்.

குற்றவாளியிடம் குற்றத்தைப் பேசுவது பெருங் கலை. அனுமன் அதில் வல்லவர். 'பவான்' என்கிற மரியாதைச் சொல்லைப் பிரயோகிக்கிறார். அதுமட்டு மல்ல... சோகத்தால் சீதை நஞ்சாகிவிட்டாள். அதை உண்டு ஜீரணம் செய்யும் வல்லமை தேவர்க்கும் இல்லை.'' தவவாழ்வைத் தாங்கள் இழப்பது நியாயமா?'' என்கிறார். இராவணனிடம் இருந்து ஒரு பதிலும் இல்லை. கேள்வியில் இருந்த நியாயம் குற்றவாளியை ஊமையாக்கிவிட்டது.

துணிச்சல் வந்துவிட்டது அனுமனுக்கு. ''தர்மத்தின் பலனை இதுவரை அனுபவித்தீர். இனி அதர்மத்தின் பலனை அனுபவிக்கப் போகிறீர். கரதூஷணர் வதம், வாலியின் மரணம், இவற்றை யோசித்து ஒரு முடிவுக்கு வா'' என்றார். புகழும்போது பவான் என்றவர் இகழும்போது ஒருமையில் பேசினார்.

''சீதை உன்வசம் சிக்கிய பெண் அல்லள். இலங்கையை அழிக்க வந்த பத்ரகாளி'' என்கிறார் கம்பரோ. ''இறந்து இறந்து இழிந்து ஏறுவதேயல்லால் அறம் திறம்பினர் ஆருளர் ஆயினார்'' என்றும்

''பச்சை மேனி புலர்ந்து புழிபடூஉம்
கொச்சை ஆண்மையும் சீர்மையில் கூடுமோ''

என்றும் அனுமன் அறிவுறுத்துவதாக எழுதி இறுதியில்

''சீதையைத் தருக!'' என்று செப்பினான்''

என்று முடித்தார்.

கோபம் தலைக்கேறிய இராவணன் ''கொல்மின்'' என்றனன். கொலைகாரர் கொல்வதற்குச் சூழ்ந்ததும்

"நில்மின்" என்று வீடணன் நீதியான் எழுந்தான் என்றார் கம்பர். சர்வாதிகாரியாகிய இராவணன் கொல் என்று அரச ஆணை பிறப்பித்தான். நில்! என்று தடையுத்தரவு பிறப்பிக்க விபீடணனுக்குத் துணிவு எப்படி வந்தது?

இப்போதும் சட்டமன்றம், பாராளுமன்றம், இவற்றில் பெரும்பான்மை ஆதரவு பெற்ற அரசாங்கம் பிறப்பித்த அரசு ஆணைக்கு உயர்நீதிமன்ற உச்சநீதிமன்ற நீதிபதி ஒருவர் தடையாணை (Stay) பிறப்பிக்கிறாரே எப்படி? சட்டத்தைவிட நீதி பெரியது. இராவணன் சட்ட மன்றம். விபீடணன் நீதிமன்றம். கம்பர் பாட்டைப் பாருங்கள் "நில்மின் என்றனன் வீடணநீதியான்" என்று நீதிக்கு மதிப்பளித்தார்.

> "ஆண்டு எழுந்து நின்று அண்ணல் அரக்கனை
> நீண்ட கையின் வணங்கினன். "நீதியாய்
> மூண்ட கோபம் முறையதன்று ஆம் என
> வேண்டும் மெய்யுரை பைய விளம்பினான்"

"பைய விளம்பினான்" என்றால் மெதுவாக, மனம் கொள்ளும்படி பேசுதல். பைய என்பது பாண்டி நாட்டுப் பேச்சு வழக்கு. நோகாமல் என்று பொருள்தரும்.

"வேதம் வல்ல இராவணரே! மாதரைக் கொலை செய்தார் உண்டு. தூதரைக் கொன்றார் உண்டோ" கொன்றால் பிறர் நகைப்பார்களே அண்ணா. தேவர்கள் கூட சிரிப்பார்கள்" என்று அறவுரை கூறியதோடு இராவணன் மகிழவேண்டும் என்பதற்காக வேறு காரணமும் சொன்னார். "இவனைக் கொன்றுவிட்டால்

நம் வலிமையைப் போய் இவன் இராமனிடம் எவ்வாறு சொல்ல முடியும்'' என்று இதமாகச் சொன்னதும் ''நல்லது உரைத்தாய் நம்பி... இவனைக் கொல்லுதல் பழுதே'' என்று முடிவை மாற்றிக் கொண்டான் இராவணன்.

''வம்பு செய்யும் இவனது வாலைச்சுட்டு தண்டித்து விட்டு விடுங்கள்'' என்று இராவணன் தண்டனை பிறப்பிக்கிறான். பிரம்மாஸ்திரம் பிணித்த போது தீயிடக் கூடாது என்று இந்திரஜித்தன் வேண்ட அஸ்திரத்தை நீக்கிக் கயிறுகளால் கட்டினர்.

வீடணன் அனுமனைத் தப்பிக்க விட்டார் என்றாலும் இராவணனுக்கு ஹிதமாகவே பேசுவதாக வான்மீகி எழுதுகிறார். ''இவன் பகைவன்தான். செய்ததும் தவறு. ஆனால் தூதனைக் கொல்வது முறையன்று. குற்றத்தை ஆராய்ந்து அதற்கேற்ப தண்டனை தரலாம்!'' என்கிறார்.

என்ன குரூபியாக்கலாம்... மொட்டை அடிக்கலாம்... சூடு போடலாம்... சாட்டையால் அடிக்கலாம்... ஆனால் 'கொல்வது என்பது இதுவரை கேள்விப்படாத ஒன்று' என்று இழுக்கிறார். மேலும் ''தாங்களே இப்படிக் கோபித்துக் கொண்டால்'' என்று ஒரு தூக்கு தூக்கி வைத்து 'நற்குண முடையோர் கோபத்தை அடக்கிக் கொள்வார்கள்'' என்று புகழ்ந்து 'இவனைத் தண்டித்து என்ன பயன்? இவனை அனுப்பியவர்களை அல்லவா தண்டிக்க வேண்டும்'' என்று சிகரம் வைத்தார். கூடவே ''அரக்கர் படையில் உள்ள சில வீரர்களைத் தேர்ந் தெடுத்து அனுப்பு. அந்த முட்டாள்கள் இருவருடன்

போராடி நமது புகழை நிலை நாட்டுவார்கள்'' என்று யோசனை கூறினார்.

வீடணன் இராம இலக்குவர் பலம் அறிய விரும்பிய யுக்தியா? அல்லது அனுமன் பேச்சுக்குப் பிறகு வந்த பக்தியா? அல்லது இராவணன் கோபத்தை மடை மாற்றி இப்போதைக்கு அனுமனைக் காப்பாற்ற நினைத்த கருணையா? மிகவும் ஆராய வேண்டிய இடம் இது.

உண்மையில் அனுமன் தானாகவே தூதனாகப் பதவி உயர்வு எடுத்துக் கொண்டு இராவணனைச் சந்திக்கிறார். அது இராமன் இட்டபணி அல்ல. சந்திப்பின் நோக்கமே இராமனது பரத்வத்தை, மூவர்க்கும் மேலான தேவன் என்பதைப் புரிய வைப்பதே. அதுவும் தர்மாத்மாவாகிய வீடணனுக்குப் புரிய வைக்கவே. அது நிறைவேறி விட்டது! வீடணன் இராமபிரானிடம் சரணாகதி கேட்டு வரும்போது அவனுக்காகப் பரிந்து பேசியவர் அனுமன் மட்டுமே. எனவே சாஸ்திர நோக்கில், எதிர் தரப்பில் சிக்கிய தர்மாத்மாவாகிய வீடணனை, பரமாத்மாவாகிய இராமன் பக்கம் ஆசார்யனான அனுமன் திருப்ப நினைத் தார். அதற்காகவே இந்த அனுமன் தூது நடந்தது. சீதை யைக் தேட வந்த ஒற்றன், இராவணனுக்கு நீதி சொல்லும் தூதனாகத் தன்னை உயர்த்திக் கொண்டதே வீடணனைத் தம்பக்கம் திருப்பவே என்று உணரவேண்டும்.

கொலை வெறி தணிந்து, குரங்கைத் தண்டிக்க வேண்டும் என்ற எண்ணம் பிறந்தது இராவணனுக்கு. ''வானரத்துக்கு வால்தான் அழகு... அந்த வாலைத் தீ வைத்துக் கொளுத்துங்கள்... வாலில்லாத இந்தக் குரங்

கைப் பார்க்கட்டும் அவனது நண்பர்கள்'' என்று சொல்ல தண்டனை தடம் மாறியது. வாலி வால் மீது இருந்த கோபம் எல்லாக் குரங்குகள் வால்மீதும் இருந்ததோ என்னவோ?

பிரம்மாஸ்திரத்துடன் இருக்கும்போது அவனைத் தீயால் சுடக்கூடாது என்று எண்ணிய இந்திரஜித்'' இவனைக் கயிறுகளால் கட்டுங்கள்'' என்று சொல்லி விட்டு நாகபாசத்தை அவிழ்த்தான். அரக்கிகளின் தாலிக் கயிற்றைத் தவிர ஊரில் உள்ள மற்ற எல்லாக் கயிறு களையும் கொண்டுவந்து கட்டினார்களாம். பிரம்மாஸ்தி ரத்தை மதித்துக் கட்டுப்பட்டிருந்த அனுமனுக்கு இதுவும் நல்லதாகவே தோன்றியது. தனது வாலைச்சுடுவது ஊரைச்சுடு என்கிற வேண்டுகோளாகவே அவருக்குத் தோன்றியது.

❑ ❖ ❑

13. ஸ்ரீ ராமஜெயம்

இலங்கையை அழித்து இராமர் பலத்தை நிரூபிக்கவே அனுமன் கட்டுண்டு நின்றார். படைகள் அனுமனைக் கட்டி இழுத்து ஒரு வெட்ட வெளிக்குக் கொணர்ந்தனர். கிழிந்த துணிகள், குப்பை, கூளம், சுள்ளி எல்லாம் வைத்துக்கட்டி வாலைக் கொளுத்துகின்றனர். எண்ணெய் வேறு ஊற்றுகிறார்கள். பெண்களும் சிறு வரும் கூடி வேடிக்கை பார்க்கின்றனர். பார்க்காதவர்களும் பார்ப்பதற்காக ஊர் முழுவதும் இழுத்துக் கொண்டுபோய் வேறு காட்டினார்கள்.

அனுமன் வாலில் தீக்கொளுத்திய செய்திகேட்டு சீதை துடிதுடித்தார். அக்கினி பகவானைத் தொழுது

''நான் கற்புடையவள் என்றால் அனுமனைக் சுடாதே'' என்று வேண்டினாள். அவ்வளவில் அனுமனுக்கு நெருப்பு குளிர்ந்தது. கம்பர் கற்பனை பாருங்கள்... உலகையே அழிக்கும் வடவாமுகாக்னியும், வேள்வித் தீயும், பிரமன் உள்ளங்கையில் உள்ள தீயும், ஏன்... சிவபெருமான் நெற்றிக்கண் நெருப்பும் குளிர்ந்து விட்டது என்றார் கம்பர். நரகம்கூட குளிர்ந்து விட்டதாம்...

அன்னை சீதையின் அருங்கற்பினால் அனல் தனக்குப் புனல் ஆனது என்றுணர்ந்த அனுமன் மகிழ்ந்தார். தன்னைக் கட்டிய கயிறுகளைப் பிடித்துக் கொண்டிருந்த அரக்கர் பலருடன் அப்படியே ஆகாயத்தில் பாய்ந்தார். பொல பொலவென்று அரக்கர் பலர் வானில் இருந்து விழுந்தனர். இறந்தனர். அனுமனோ உருவத்தால் ஓங்கி சினத்தினால் வீங்கி இலங்கையை எரிக்கலானார்.

வான்மீகி முனிவரோ, வாலில் நெருப்பு வைத்த சேதியறிந்த சீதை துயரத்தால் வாடுகிறாள் என்றார். ''நான் கணவனுக்குச் செய்த கடமையும், இருந்த தவமும் உண்மையெனில் தீயே தண்மை அடைக'' என்றாளாம் சீதை. மேலும் ''எனது பாக்கியம் துளியாவது எஞ்சி இருந்தாலும் அவனுக்குக் கேடு வராமல் இருக்கட்டும்'' என்கிறாள். தன் தவத்தையும் பாக்கியத்தையும் பணயம் வைக்கிறார் பெருமாட்டி. தீ சுடவில்லை.

அனுமன் தனது வாலில் கொளுவிய தீயைக் கொண்டு இலங்கை மாநகரை எரியூட்டத் தொடங்கி

னான். அந்த நெருப்பு ஒவ்வொரு வீட்டையும் எரித்தது. புகை மண்டியதால் திசை தெரியவில்லை. யானைகளும், பறவைகளும் வெந்தன. கடலில் சிதறிய நெருப்புப் பொறிகளால் மீன்களும் மடிந்தன. பொன்னால் கட்டிய அரண்மனைகள் உருகி தங்கமாய்த் திரண்டு வழிந்தன. ஆடையில் தீப்பற்றியதால் அரக்கரும் அரக்கியரும் கடலில் போய் விழுந்து அழிந்தனர். ஆயுதச் சாலைகளும் எரிந்து உலோக உருண்டைகளாகத் திரண்டன. பறவை களும் கடலில் விழுந்து இறந்தன.

இராவணன் அரண்மனையான ஏழடுக்கு மாளிகை எரிந்ததும் புட்பக விமானத்தில் ஏறி வானில் நின்று "ஏன் நகரம் எரிகிறது. ஊழிக்காலம் வந்துவிட்டதா" என்று இராவணன் சினந்தான். அற்பக் குரங்கு நகரை எரிக்கிறது என்று அறிந்ததும் தேவர்கள் நம்மைப் பார்த்துச் சிரிப்பார்களே... அந்தக் குரங்கையும் அறிவின்றி அவனுடன் சேர்ந்து நகரை எரிக்கும் அக்கினி தேவனை யும் பிடித்து வரும்படி கட்டளை பிறப்பித்தான் இராவணன். "பிடியுங்கள் பிடியுங்கள்... அடியுங்கள் அடி யுங்கள்..." என்று கூச்சலிட்டு ஓடிவந்த அரக்கர்களைக் கண்டு சிரித்தார், அனுமன். அவர்களைத் தம் வாலால் வளைத்துச் சுற்றிக் கொண்டு மரத்தினால் அடித்துக் கொன்றார். அனுமனது எரிகிற வாலைக் கடலில் தோய்க்க கடல் நீர் கொதித்தது; அதில் விழுந்த அரக்கரை, அந்தச் சூடு அவித்தது என்கிறார் கம்பர்:

எங்கும் கலவரம். பேரிரைச்சல். இடையில் தனக்குத் தீங்கு எதுவும் நேராததைக் கண்ட அனுமன் இது

இராமன் மகிமையா? சீதையின் பெருமையா என்று யோசித்தார். இடையே ''ஆஹா ஊரே எரிகிறதே... அன்னைக்கு ஏதும் ஆபத்து நேர்ந்திருந்தால்'' என்று அஞ்சி அசோக வனத்துக்குள் பாய்ந்தார். தீ அங்குச் சுடவில்லை என்று தெளிந்து பிராட்டி திருவடிகளை விழுந்து வணங்கினான். சீதை உடலும் உள்ளமும் குளிர்ந்தார். ''இனி பேச என்ன இருக்கிறது. வந்தனம்'' என்று கூறி அனுமன் புறப்பட்டார். அதுவரை அங்கிருந்த அக்கினியும் அரக்கருக்கு அஞ்சி ஓடி ஒளிந்தான்.

இராமனை நோக்கி அனுமன் பயணப்பட்டான். நீரைக் கிழித்துக் கொண்டு நீந்திவரும் அனுமனைக் கண்டு இக்கரையில் இருந்த வானரங்கள் ஆர்த்தன. தாய்ப் பறவையைக் கண்ட குஞ்சுப் பறவைபோல் மகிழ்ந்தனர், என்கிறார் கம்பர். மகேந்திர கிரியின் மரங்களூடே வந்து கரையேறினார் அனுமன். பலரது பரபரப்புக்குப் பதிலாக உரையாக 'கண்டேன் சீதையை' என்ற பொருளில் 'த்ருஷ்டா ஸீதேதி விக்ராந்த:' என்று கூறினார். வானரங்கள் கூச்சல் வானைப் பிளந்தது. கூட்டமாக இருக்கிற எல்லோரது இயல்பும் கூச்சல்தான்...! அனுமனோ ஆரவாரத்தை அடக்கி சீதையின் சோகங்களை வர்ணிக்கிறார். இடை இடையே அனுமனைப் பேசவிடாதபடி வானரங்கள் கூச்சலிடுகின்றன. சட்ட சபை, பாராளுமன்றம், கல்லூரி எங்கும் மனுஷ சுபாவம் ஒன்றுதான் போலும். சில வானரம் அனுமனைத் தொட்டுத் தொட்டுப் பார்த்தன. சில அருகு வந்து தொழுதன. சில துள்ளின. அள்ளி விழுங்குவது போல்

கண்களால் மொய்த்தன சில. சில தழுவின. சில அனுமனைச் சுமந்துகொண்டு ஓடின. ஒரு தலைவன் உருவாகும் முறை இதுதானே! தேனும் கிழங்கும் தந்து மகிழ்ந்தன சில வானரங்கள்.

மீண்டும் வானரங்கள் இடையே அமைதி. ''கடலைக் கடந்தது எப்படி? இலங்கை எப்படி இருக்கும்? சீதையைக் கண்டது எங்ஙனம்? இப்படிப் பல பல கேள்விகள்... ''நடந்ததை எல்லாம் சொல்... அங்கு (தலைமையிடம்) சொல்ல வேண்டியது வேண்டாததை நாம் முடிவு செய்ய வேண்டும்'' என்கிறார் மூத்த குடி மகன் ஜாம்பவான். சீதை இராமனிடம் சொல்லச் சொன்ன அந்தரங்க விஷயங்களைத் தவிர்த்துவிட்டு மற்ற வற்றைச் சொல்கிறார் அனுமன். இதுதான் இங்கிதம். அந்தரங்க விஷயத்தில் இவர்களுக்கென்ன சம்பந்தம்.

மேலும் போர் புரிந்த தன் வீரப்ரதாபங்களை நாணம் கருதி (தற்புகழ்ச்சி பாவம் அல்லவா) மறைத்தானாம். ஆனால் மூத்த வானரங்கள் ''நீ போர் புரிந்திருக்கிறாய். உன் உடல் புண்களே சாட்சி. நீ வென்றுவிட்டாய். தப்பி வந்தமையே அடையாளம். இலங்கையைக் கொளுத்தி இருக்கிறாய். பார்... பார்... அந்தக் கரும்புகையே சாட்சி. எதிரி பலசாலி... காரணம் சீதை இன்னும் மீட்கப் படவில்லை'' என்று தமது அனுபவ அறிவுடன் யூகித்துப் பேசியதாகக் கம்பர் படம் பிடிக்கிறார். ''சரி... இராமர் துயரத்தில் இருப்பார். காலம் தாழ்த்தாது புறப்படு வோம்'' என்று புறப்பட்டனர்.

மகேந்திர மலையைவிட்டு கிட்கிந்தையை நோக்கி வருகிறார்கள். அனுமனை அண்ணாந்து பார்த்தபடி வருகிற பல குரங்குகள் பார்வையாலேயே அனுமனைச் சுமந்து செல்வது போலத் தோன்றியதாம். வான்மீகி கற்பனை இது. வழியில் சுக்ரீவனது மதுவனத்துள் நுழைந்தன. உள்ளே புகுந்து குடிக்கத் தொடங்கின. எங்கு கூட்டம் சேர்ந்தாலும் அங்கு ஒழுங்கு இருக்காது... ஒரு வானரம் குடிக்க கையில் வைத்திருக்கும் பானத்தை மற்றொன்று அனாயாசமாக எடுத்துக் குடிக்கிறது. அதை இன்னொன்று தட்டிப் பறிக்கிறது.

ஓகை, உவகை என்று ஆனந்த அமளி... தோட்டத்தின் காவலாளன் ததிமுகன் தடுப்பதை யாரும் மதிக்கவே இல்லை. ததிமுகன் ஓடிச்சென்று தலைவன் சுக்ரீவ னிடம் வானரங்களின் நடவடிக்கைகளை முறை பாட்டதும் சினம் அடையாது மகிழ்ச்சி கொள்கிறான் சுக்ரீவன்.

சீதையை எண்ணி வாடியிருந்த இராமனிடம் ''நல்ல சேதியுடன் தான் (சீதையைக் கண்ட) அனுமன் வந்திருக்க வேண்டும். அதனால்தான் கோலாகலமான அட்டகாசம் என்று தேறுதல் வார்த்தைகள் கூறினான். அதற்குள் தென்திசையில் சூரியன் உதித்ததுபோல் அனுமன் வந்து நின்றான்.

எதிரில் வந்து இராமன் பாதங்களைத் தொழ வில்லை. மாறாக அவருக்குக் கால்நீட்டி இருகரம் தலை மேல் வைத்து எதிர்த்திசையில் விழுந்து வணங்கினார்.

மரியாதை குறைவான இந்தச் செய்கையால் இராமன் எல்லையற்ற மகிழ்ச்சி அடைந்தார். ஏன்? அனுமன் சீதையைக் கண்டுவிட்டான். மேலும் அவன் உயிரோடு தென்திசையில் இருக்கிறாள். அதுவும் தொழத்தக்க கற்பு நிலையில்தான் இருக்கிறாள். இத்தனை உண்மைகளையும் அந்த அவமரியாதை வணக்கம் இராமனுக்கு விளக்கிவிட்டது. கண்ணீர் கண்களை முட்டிக்கொண்டு விழுந்தது. தோள்கள் பூரித்தன. துயரம் நீங்கியது. இந்தக் காட்சியை

> ''எய்தினன் அனுமனும் எய்தி ஏந்தல்தன்
> மொய்கழல் தொழுதிலன் முளரி நீங்கிய
> தையலை நோக்கிய தலையன் கையினன்
> வையகம் தழீஇ நெடிதிறைஞ்சி வாழ்த்தினான்.

உடனே,

> ''கண்டதும் உண்டு அவள் கற்பு நன்று எனக்
> கொண்டனன் குறிப்பினால் உணரும் கொள்கையான்''

என்று இராமர் புரிந்துகொண்டார் என்றும் எழுதுகிறார் கம்பர்.

அடுத்து தந்தி வார்த்தைகள் மாதிரி, ''கண்டனன்'' என்றார். அவள் நிலைமையை ''கற்பினுக்கு அணியை'' என்றார். ''கண்களால்'' என்றார். என் கண்களால் என்பது ஒரு பொருள். அவர் கண்களால் கற்புக்கரசி என்பதை உணர்ந்தேன் என்பது மறுபொருள். ''கண்டனன் கற்பினுக்கு அணியைக் கண்களால்'' என்ற ஒரு வரி பலகோடி பொன்பெறும்.

*"உன் பெரும் தேவி என்னும் உரிமைக்கும் உன்னைப்பெற்ற
மன்பெரும் மருகி என்னும் வாய்மைக்கும் மிதிலை மன்னன்
தன்பெரும் தனயை என்னும் தகைமைக்கும் தலைமை சான்றாள்
என் பெரும் தெய்வம் ஐயா"*

என்ற பாடல் மூலம், "உன் தேவியையா கண்டேன். என் பெரும் தெய்வத்தையல்லவா கண்டேன். பொன்னை யல்லது வேறு ஒப்பு பொன்னுக்கு இல்லை போல் தன்னையல்லது வேறு தனக்கு ஒப்பில்லாத, கற்பு, குலப்பண்பு, பெருந்தன்மை இணைந்த சீதையைக் கண்டேன்" என்று நெகிழ்ந்து போய்ப் பேசுகிறார் அனுமன். இலங்கையில் தவம் செய்யும் ஒரு பெண்ணைப் பார்க்கவில்லையாம். பின்னர்...

*"இற்பிறப்பு என்பதொன்றும் இரும்பொறை என்பதொன்றும்
கற்பெனும் பெயரதொன்றும் களிநடம் புரியக் கண்டேன்"*

என்று கடல் கடந்து கண்டு கொண்ட களிநடம் பற்றி கண்ணீரோடு கூறினார் அனுமன். சூழ்நிலையே உணர்ச்சிமயமாகிவிட்டது. பலரும் அடக்க முடியாமல் அழுகிறார்கள். இராமன் உட்பட...

மேலும் அனுமன் "ஐயா... உன்குலம் உன்னதாக்கி, தன்குலம் தன்னதாக்கி, வன்குலம் (அரக்கர்) எமனுக்கு ஆக்கி, வான்குலம் வாழ்வித்து என்குலம் என்ன தாக்கினார் சீதை" என்றார். "அதுமட்டுமா சீதையின் கண்ணினும் உள்ளவன் நீ, கருத்திலும் உள்ளவன் நீ... பிரிவுத் துயரால் மன்மதன் எய்த அம்பால் பிராட்டிக்கு

ஏற்பட்ட புண்ணிலும் உள்ளவன் நீ'' என்று இராமனை எண்ணியே சீதை உயிர்வாழ்வதைச் சித்திரித்தார். பிறகு ''இலக்குவன் வடித்த புல்குடிசையில் இருக்கிறார்'' என்றவர் சீதைக்கு ஓர் அடைமொழி கொடுத்தார். என்ன அது? ''தவம் செய்த தவமாம் தையல்'' என்கிறார்.

''உப்புக் கடலுக்கு மத்தியில் இலங்கையில் சீதை இருக்கிறார்'' என்று எண்ணிவிடாதீர்கள். கண்ணீர்க் கடலுக்குள் சீதையைக் கண்டேன்'' என்கிறார்.

இராவணன் சீதையைக் காண வந்த சம்பவத்தையும், காமத்தீயில் வெந்தவனைக் கற்புத்தீயால் சீதை சுட்டதையும், தீண்ட முடியாது இலங்கை வேந்தன் திரும்பியதையும் வர்ணித்தார். கம்பனில் இருக்கிற கற்பின் ஆவேசத்தைவிட யதார்த்தமான நிலையில் காவியத்தை அமைக்கிறார் வான்மீகி.

தான் சீதையைப் பார்த்த செய்தியை இராமன் நம்ப வேண்டும் என்பதற்காகச் சீதை சொல்லி அனுப்பிய சம்பவங்களைச் சொல்கிறார் அனுமன். சாகாசுரனைக் கொல்ல இராமபாணமாகப் புல்லை ஏவிய செய்தியைக் கூறுகிறார். வனவாசத்தில் ஒருநாள் சீதையின் நெற்றியில் திலகம் அழிந்திருப்பதைக் கண்டு காவிக் கல்லைத் தரையில் உரைத்துத் திலகம் வைத்துவிட்டுச் சட்டென்று சீதையின் கன்னத்தில் பொட்டு வைத்த (காதல் உணர்ச்சி...) சம்பவத்தையும் சொல்லச் சொன்னாள் என்கிறார். ஒரு மாதத்திற்கு மேல் அரக்கரிடையே அவர் உயிர் தரிக்க முடியாது என்று கெடு விதிக்கிறார். சீதை

கொடுத்த சூடாமணியைப் பணிவுடன் இராமரிடம் வழங்குகிறார்.

அழுகையை இராமரால் அடக்க முடியவில்லை. மார்போடணைத்து ''விவாகத்தின்போது என் தந்தை அவளுக்களித்த பரிசு'' என்கிறார். அனுமனைப் பார்த்து ''உயிர் போகும் நேரத்தில் இருப்பவனுக்குத் தண்ணீர் போல் இருக்கிறது உன் பேச்சு'' என்கிறார். தன்னைப் பிரிந்த சீதை தன்னைப் பற்றி என்ன சொன்னாள் என்று பரபரப்பாகக் கேட்கிறார். இராமனுக்குள் இருக்கும் பரபரப்பை விளக்க எட்டு அடிக்குள் இரண்டு முறை ''கிமாஹ'' என்று பயன்படுத்திப் புரிய வைக்கிறார் வான்மீகி. கம்பனில் சீதை மீது பக்தி பெரிதாகிறது. வான்மீகத்தில் இராமரது காதல் புலனாகிறது. மகாகவிகளின் மனோபாவம் மாறுகிறது. இரண்டுமே மகத்தானது என்றே நமக்குத் தோன்றுகிறது.

ஒரு முக்கிய சிக்கலிலிருந்து இராமரை அனுமன் விடுவிக்கிறார். இராமரைப் பற்றி சீதை தவறாக எண்ணி விடாதபடி அனுமன் சீதையிடம் பேசிய செய்தியையும் நாசூக்காக சொல்லுகிறார். ''சீதை இருக்கும் இடம் தெரியாததால்தான் இராமர் வரவில்லை. இதுமட்டுமே காரணம் என்று விளக்கி சீதையின் பல துயரங்களுக்கு அனுமன் முற்றுப் புள்ளி வைத்த விவரங்களை யெல்லாம் சொல்லுகிறார். இராமருக்கு மிக்க மகிழ்ச்சி.

சீதை கொடுத்தனுப்பிய சூடாமணியைக் கண்டதும் துயரம் நீங்கியது. களிப்பு பெருகியது. மயிர்க் கூச் செறிந்தது. கண்ணீர் பெருகியது. வியர்வை துளிர்த்தது.

மேனி பூரித்தது என்கிறார் கம்பர். சோகம் கலைந்த இராமர் "காலம் தாழ்த்தக் கூடாது. அங்கே சீதை காத்திருக்கிறாள். இலங்கை நோக்கி எழட்டும் என்றதும் படை திரண்டது. தென்திசை நோக்கிப் புறப்பட்டது. இலங்கையின் விரிவு காவல், அரண்கள், அரக்கர் பெருங்கூட்டம் பற்றி வழிநெடுக அனுமன் விளக்க வானரங்கள் வாய் பிளந்து கேட்டன. பன்னிரு நாட்கள் பயணம் செய்து தென் கடல் கண்டனர்.

ஸ்ரீராமர் சேதுக் கடலில் அணைகட்டி கடல் கடந்து, அரசநெறிப்படி அங்கதனைத் தூதனுப்பி இராவணனுக்கு அறிவுறுத்தியும் பயன் இல்லை. தன்னை நாடி வந்த வீடணனுக்கு அடைக்கலம் அளித்து, இராவணனுடன் போர் தொடுத்தார். முதல் நாள் போரில் தோற்ற இராவணனை "இன்று போய் நாளை வா" என விடுத்து, படைமுழுவதும் வென்று, இராவணனைக் கொன்று, பிராட்டியைச் சிறைமீட்டு சீதைக்கு அக்னிப் பிரவேசம் நிகழ்த்தி உரிய காலத்தில் அயோத்தி திரும்பி கானில் கிடைத்த சகோதரர்களுடன் உடன் பிறந்த பரத லக்ஷ்மண சத்ருக்னருடன், ஆஞ்சநேயருடன் ரிஷிக்குலம் தேவ குலம் வாழ்த்த சீதாபிராட்டியுடன் அரியணை அமர்ந்து பட்டாபிஷேகம் செய்து கொண்டார்.

ஸ்ரீ ராம ஜெயம்.